स्वप्नपूर्ती

प्रेरणा नवउद्योजकांच्या

संपादक

प्रा. सुभाष वामन भावे

प्रा. रत्नप्रभा रमेश राजहंस

डायमंड पब्लिकेशन्स

स्वप्नपूर्ती – प्रेरणा नवउद्योजकांच्या
संपादक : प्रा. सुभाष वामन भावे,
प्रा. रत्नप्रभा रमेश राजहंस
Swapnapurty - Prerana Navudyojakanchya
Sampadak : Prof. Subhash Waman Bhave, Prof. Ratnaprabha Ramesh Rajhans

मुखपृष्ठ
शाम भालेकर

पहिली आवृत्ती : २०२२

ISBN : 978-93-91948-72-6

प्रकाशक
डायमंड पब्लिकेशन्स
२६४/३ शनिवार पेठ,
३०२ अनुग्रह अपार्टमेंट,
ओंकारेश्वर मंदिराजवळ,
पुणे–४११ ०३०
☎ ०२०–२४४५२३८७, २४४६६६४२
info@dpbooks.in

अक्षरजुळणी
मानसी घाणेकर

प्रस्तावना

प्रथम पिढीतील उद्योजकांच्या अनुभवांचे हे संकलन व संपादन आहे. त्यांच्या प्रेरणा काय होत्या, हे एकवीस युवा उद्योजकांनी प्रामुख्याने सांगितले आहे. विशेष म्हणजे वडिलोपर्जित कोणताही उद्योग नसताना त्यांना स्वत:ला उद्योग अथवा व्यवसाय सुरू करावासा वाटला. त्यामागे त्यांचे काय विचार होते, काय प्रेरणा होत्या, कोणत्या कारणांमुळे त्यांना उद्योजक व्हावेसे वाटले हे त्यांनी अतिशय मुद्देसूद आणि समर्पक शब्दात विषद केले आहे.

वेगवेगळ्या क्षेत्रांतील हे उद्योजक नाशिकपासून नागपूरपर्यंत आणि सोलापूरपासून मुंबई, पुण्यापर्यंतचे आहेत. त्यामुळे महाराष्ट्रातील तरुण उद्योजकांचे हे प्रातिनिधिक भौगोलिक स्वरूप आहे, असे म्हणतां येईल. यात महिला आणि पुरुष या दोहोंचा समावेश आहे. वयोगटही युवा पिढीचे द्योतक आहेत.

या प्रेरणादायक अनुभवांचे संकलन करण्याचे व संपादनाचे उत्कृष्ट काम हाती घेऊन ते सुबकपणे वाचकांच्यापुढे ठेवल्याबद्दल मी संपादकांचे अभिनंदन करतो व या पुस्तकाच्या यशस्वितेसाठी शुभेच्छा देतो.

आज जे 'स्टार्ट-अप' उद्योजक आहेत, ज्यांना स्वत:चे काम प्रारंभ करावयाचे आहे, तसेच व्यवसाय करीत असून त्यांना त्यात वाढ करावयाची आहे, अशा सर्वांना हे पुस्तक नक्कीच प्रेरणादायी ठरेल.

पुन: एकदा शुभेच्छा!

अक्षय तृतीया
दिनांक ३ मे २०२२

श्रीकृष्ण चितळे
चितळे बंधू मिठाईवाले

मनोगत

प्रत्येक व्यक्ती, लहान मुलेसुद्धा स्वप्ने बघतात. 'मनी वसे ते स्वप्नी दिसे.' लहानपणी, शाळेत शिकतांना, उच्च शिक्षण घेतांना, स्पर्धेत उतरल्यावर, संसार सुरू करतांना, असे कितीतरी प्रसंग सांगता येतील जिथे आपण स्वप्नांच्या दुनियेत वावरतो. अनेक दिवसांपासून असा विचार मनात येत होता की, ज्यांनी छोटासा उद्योग व्यवसाय सुरू करून, कष्ट, परिश्रम, नवीन युक्त्या, सर्वात महत्त्वाचे म्हणजे प्रामाणिकपणे उद्योग मोठा केला, त्यांना प्रसिद्धी मिळाली पाहिजे. ते लोकांसमोर आले पाहिजेत. डॉ. सुभाष भावे हे माझे मोठे बंधू! त्यांच्या मनातसुद्धा हा विचार निश्चित झाला. काम सोपे नव्हते, परंतु त्यांचे विचार पक्के होते. 'पहिल्या पिढीतील उद्योजक' हेच निश्चित केले, कारण सुरुवातच कठीण असते. कोरोनामुळे भेटी होत नव्हत्या. फोन, इ-मेल, व्हाट्सअॅप यावरच काम करावयाचे होते.

उद्योजकांवर अनेक पुस्तके आहेत. अगदी प्रत्येकावर स्वतंत्र पुस्तके आहेत. परंतु "First Generation Entrepreneur" असे पुस्तक नाही. उद्योग व्ययसायाची स्वप्ने उराशी बाळगताना, सतत त्यावर विचारमंथन करून नोकरी सोडून, किंवा नोकरी न करताच प्रत्यक्ष उद्योगाची सुरुवात करणे, मनात धोका पत्करण्याची तयारी ठेवणे, आशावादी राहाणे, सतत व्यवसायाचाच विचार डोक्यात रहाणे आणि त्याचप्रमाणे निरीक्षण, परीक्षण व परीक्षणाप्रमाणे सुधारणा करत राहणे, आवश्यक असते.

आम्ही 'दुर्वांची जुडी' हा परवलीचा शब्द योजला व त्यानुसार नावे निश्चित केली. विविध प्रकारच्या उद्योगांचा समावेश असावा, या उद्देशाने नावे निश्चित केली. कोरोना बंधनामुळे मुलाखती घेणे, भेटी यांना वेळ लागत होता. परंतु 'सबुरी का फल मिठा होता है।' थोडा वेळ लागला; पण एकवीस उद्योजकांची माहीती जमा झाली. फोनवरपण मुलाखती घेतल्या. कोणी 'Audio Clips' पाठवल्या. मराठीत भाषांतर, पुनर्लेखन, शब्दांकन, सर्व सोपस्कार पार पडले. एकेका यशोगाथेचे व स्वप्नपूर्तीचे हे पुस्तक आहे.

प्रत्येकांची माहिती एक हजार शब्दांपर्यंत सीमित केली. मुख्य भर हा मूलस्रोतांवर

म्हणजे सुरुवातीची प्रेरणा, अडीअडचणी त्या सोडवणे, चढ उतार, वाढलेला उद्योग, मानसिक समाधान, घरच्यांचे सहकार्य व पाठबळ, आर्थिक गणित, काळातील बदल, संगणकीय बदल, सरकार दरबारची कामे व परवाने, अडथळे यांवर दिला आहे; जेणे करून 'Start Up' करणाऱ्यांना मार्गदर्शन होईल.

उद्योजकांमध्ये विविधता खूप आहे. फॅब्रिकेशन, छपाई व पुस्तक बांधणी, बांबूची निर्यात, सेंट्रल किचन, सेफ्टी शूज निर्मिती, चार चाकीच्या टायरपासून सुबक पादत्राने बनवणे, उपाहार गृह, बांधकाम ठेकेदार, सिमेंट पाइप बनवणे, ट्रॅव्हलींग व अनुषांगिक सेवा, फिरते पुस्तक विक्रेते, तयार पिठांचा गृहोद्योग, औषध विक्रेत्यांना प्रशिक्षण व नंतर जॉब शोधणारे सॉफ्टवेअर विकसन, फळे व भाज्या घटक तसेच ठेवून सुकवणारे, ब्युटी स्टुडिओ व प्रशिक्षण इ. वाचकांना खूपच नवीन 'ज्ञान' मिळेल यात शंकाच नाही. त्यामुळे पुस्तक पूर्ण वाचूनच आपण खाली ठेवणार असा विश्वास वाटतो.

सर्वात महत्त्वाचे, प्रख्यात डायमंड पब्लिकेशन्सचे श्री. दत्तात्रय पाष्टे यांनी पुस्तकाच्या प्रकाशनाची जबाबदारी पेलण्यास होकार दिला व आम्ही निश्चिंत झालो. त्यांचे मनापासून आभार व्यक्त करतो.

सर्व उद्योजकांनी आपुलकीने व विश्वासाने माहिती दिली आणि म्हणूनच हे साध्य झाले. तसेच मराठी भाषांतर, शब्दांकन व इतर सर्व प्रकारचे सहाय्य करणाऱ्यांप्रती आम्ही ऋणनिर्देश करतो.

एकवीस उद्योजकांचे अनुभव वाचून, प्रेरणा घेऊन कोणी छोटा-मोठा उद्योग सुरू केला, तर 'स्वप्नपूर्ती'च्या दिशेने जात आहोत, असे समाधान मिळेल.

संपादक–परिचय

प्रा. डॉ. सुभाष वामन भावे

इंडियन इन्स्टिटयूट ऑफ मॅनेजमेन्ट (आय.आय.एम.) अहमदाबाद या व्यवस्थापन शिक्षण क्षेत्रातील अग्रगण्य संस्थेच्या पहिल्या बॅचचे विद्यार्थी होण्यापूर्वी त्यांनी एम. ए. (अर्थशास्त्र) आणि एल.एल.बी. या पदव्या संपादन केलेल्या होत्या. १९६६ मध्ये एम.बी.ए. केल्यानंतर वीस वर्षे स्वत:चा व्यवसाय करून १९८६ ते १९९९ पर्यंत शिक्षण प्रसारक मंडळ, पुणे यांच्या प्रिं. ना. ग. नारळकर इन्स्टिटयूट ऑफ करियर डेव्हलमेंन्ट ॲण्ड रिसर्च या संस्थेचे ते संचालक होते. पुणे विद्यापीठाच्या पीएच.डी. मार्गदर्शक पदी असतांना, अकरा विद्यार्थी लाभान्वित झालेले आहेत. सेवानिवृत्तीनंतर त्यांनी सामाजिक संशोधनांशी निगडीत संशोधन ट्रस्ट स्थापन करून त्याचे 'विश्वस्त' म्हणून काम केले आहे.

'उद्योजक आणि उद्योजकता' हा त्यांचा विशेष आवडीचा विषय आहे. त्यांची सहा पुस्तके प्रकाशित झालेली आहेत.

भारतात आणि परदेशात विविध विद्यापीठांमध्ये त्यांनी शोध निबंधांचे वाचन केलेले आहे. आजही व्यवस्थापनाचे विद्यार्थी त्यांच्याकडे मार्गदर्शनासाठी येतात.

प्रा. रत्नप्रभा रमेश राजहंस

प्रा. रत्नप्रभा रमेश राजहंस या वाणिज्य विभागात २५ वर्षे अध्यापन करून, नंतर स्वेच्छानिवृत्ती घेऊन, पुण्याच्या महर्षी कर्वे स्त्री शिक्षण संस्थेत ९ वर्षे 'सहसचिव' म्हणून कार्यरत होत्या. अध्यापन काळात त्यांनी 'अखिल भारतीय विद्यार्थी परिषदे'चे काम भुसावळसारख्या गावात रुजवले व वाढवले. विद्यार्थ्यांना 'समुपदेशन' करून घडवणे हे ध्येय बाळगून त्यानी कार्य केले. सामाजिक कामाची त्यांना आवड असल्यामुळे भुसावळ (जि. जळगाव) येथे श्री. संत ज्ञानेश्वर शिक्षण मंडळ या संस्थेच्या 'मानद सचिव' म्हणून त्यांनी कारभार सांभाळला. जळगाव जिल्ह्यातील

शाळांमध्ये व्याख्यानाच्या निमित्याने त्यांनी प्रवास केला. ग्राहकपंचायतीचे ४-५ वर्षे काम सांभाळत, ग्राहक कायद्याचा अभ्यास करून खरेदीबाबात त्यांनी महिला मंडळे व कॉलेज विद्यार्थ्यांना मार्गदर्शन केले. २००८ सालच्या निवृत्तीनंतर त्या विद्याभारतीमध्ये पश्चिम क्षेत्राची 'बालिका शिक्षण' या विषयांची धुरा सांभाळत आहेत. त्यासाठी त्यांनी साहित्य निर्मिती प्रवास भरपूर केला आहे. विद्या प्रतिष्ठानच्या श्री सरस्वती विद्यामंदिर या शाळेच्या त्या 'विश्वस्त' आहेत. अनेक व्यक्तींच्या मुलाखती घेऊन त्यांनी लिखाण केलेले आहे. निवासी (राहत्या) गृहरचना संस्थेच्या त्या खजिनदार व व्यवस्थापक मंडळ सदस्या आहेत. महर्षी कर्वे संस्थेच्या १०० वर्षांच्या इतिहास लेखनात त्यांचा मोठा सहभाग आहे. प्रत्येक पदावर असताना मनापासून काम करत, त्या कामावर त्या आपला ठसा उमटवतात.

अनुक्रम

कांही नवउद्योजकांच्या प्रेरणांचे विश्लेषण

प्रा. डॉ. मनोहर इंगळे

कलाकार किंवा उद्योजक हे जन्मावे लागतात की घडविता येतात या विषयावर मतमतांतरे आहेत. परंतु एखादी व्यक्ती उद्योजक का बनते, उद्योग सुरू करण्यामागे कोणती प्रेरणा असते, याबाबत बरीच एकवाक्यता दिसून येते.

महाराष्ट्रीय मध्यमवर्गातील तरुण हे अभावानेच उद्योजक होताना दिसतात. तथापि, ज्या मध्यमवर्गीय मराठी तरुणानी स्वतःचे उद्योग यशस्वीपणे चालवले आहेत; त्यांच्या प्रेरणा काय होत्या याचा मागोवा घेऊन त्या, मराठी तरुणांपुढे ठेवल्या, तर काही प्रमाणात मराठी तरुण हे उद्योगाकडे वळतील या विचाराने हा लेखन प्रपंच.

प्रथम या लेखाच्या मर्यादा स्पष्ट करणे आवश्यक आहे. फक्त सात मध्यमवर्गीय मराठी उद्योजकांच्या प्रतिसादावर या लेखातील निरीक्षणे नोंदवलेली आहेत. त्यामुळे त्यांना प्रातिनिधिक म्हणता येणार नाही. फार तर ती दिशादर्शक आहेत असे म्हणता येईल.

या लेखासाठी 'नवउद्योजका'ची पुढील व्याख्या प्रमाण करण्यात आली आहे व त्या व्याख्येनुसार प्रतिसादकाची निवड करण्यात आली आहे.

नवउद्योजक अशा व्यक्ती असतात की, ज्या त्यांच्या कुटुंबात प्रथमच स्वतःचा उद्योग सुरू करतात. त्यांना उद्योगाची काही पार्श्वभूमी नसते. त्यांना त्यांच्या कुटुंबातील कोणाचेही या उद्योगासंदर्भात मार्गदर्शन मिळत नसते. किंबहुना, घरच्यांचा त्यांच्या या धाडसाला विरोधच असतो.

या सर्वेक्षणासाठी सात प्रतिसादकांना एक प्रश्नावली देण्यात आली होती. प्रश्नावली दोन भागात विभागली होती. पहिल्या भागात त्यांची वैयक्तिक माहिती

विचारली होती, तर दुसऱ्या भागात त्यांच्या उद्योगविषयक प्रेरणांसंबंधी माहिती विचारली होती.

त्यांच्या प्रतिसादाचा गोषवारा पुढीलप्रमाणे –

वैयक्तिक माहिती :

१) उद्योगाचा प्रकार : पाचजणांनी सेवा, एकाने व्यवसाय तर एकाने उत्पादन क्षेत्रात उद्योग सुरू केला.

२) उद्योगाची मालकी : पाचजणांनी स्वतःच्या मालकीत, एकाने भागीदारीत तर एकाने प्रायव्हेट लिमिटेड उद्योग सुरू केला.

३) विविध उद्योजकांनी उद्योग सुरू केल्यापासून चाळीस ते दोन वर्षांचा कालावधी लोटला आहे.

४) तीन उद्योजकांनी उद्योग सुरू करण्यापूर्वी नोकरीत पाच वर्षांहून अधिक अनुभव घेतला होता. दोघांचा अनुभव दोन ते पाच वर्षांचा होता. दोघांनी उद्योग सुरू करण्यापूर्वी काहीही अनुभव घेतलेला नव्हता.

५) ज्यांनी नोकरीत अनुभव घेतला होता, ते उद्योग सुरू करताना उच्च ते मध्यम स्तरावरील व्यवस्थापक होते.

६) उद्योग सुरू करताना चौघांचे वेतन उत्तम ते समाधानकारक होते तर एकाचे साधारण होते.

७) उद्योग सुरू करताना काहींचे वडील किंवा आई हयात नव्हते, तर जे हयात होते त्यांचे उत्पन्नाचे साधन ठेवींवरील व्याज हे होते.

उद्योगविषयक प्रेरणा :

१) स्वतंत्र उद्योग सुरू करण्याचे कारण : बहुतेक प्रतिसादकांनी कोणाचेही बॉसिंग नको आणि आर्थिक अनिश्चतता स्वीकारण्याची तयारी, ही कारणे दिली.

दोन वर्षांपूर्वी मोठ्या कंपनीतील उत्तम नोकरी सोडून स्वतःचा उद्योग सुरू करणाऱ्याने नोकरीतील ताणतणावांपेक्षा स्वतःच्या गतीने व मर्जीने काम करून कुटुंबासाठी वेळ देण्याला प्राधान्य दिले.

अन्य काही कारणे अशी होती – २५ वर्षे नोकरी केल्यावर व पेन्शनची निश्चिती झाल्यावर त्यांनी मर्यादित अनिश्चतता स्वीकारली. इतरांनाही नोकरी देता येईल हा विचार होता. नोकरीत मिळत होते तेवढे वा अधिक उत्पन्न मिळेल याची खात्री होती.

उद्योजक बनावे अशी इच्छा : नवउद्योजक पतीस आर्थिक मदत – दुसऱ्यांसाठी आपले कसब वापरण्यापेक्षा स्वतःसाठी का नको? स्वतःच्या वेळेचे स्वतः ताबेदार.

२) **उद्योग वाढविण्यामागील प्रेरणा :** अधिक अर्थार्जन, ग्राहकांची मागणी व इतरांना नोकऱ्या देणे या तीन प्रेरणा प्रामुख्याने उद्योग वाढविण्यामागे होत्या.

३) **सध्याची आर्थिक स्थिती :** एकाने उद्योग बंद केला असून एकाने कमी केला आहे. अन्य पाच जणांची आर्थिक स्थिती उत्तम ते चांगली आहे.

४) **उद्योगात अडचणी आल्या असता तो नेटाने सुरू ठेवण्यामागील प्रेरणा :** सर्व प्रतिसादकांनी जिद्द व स्वतःवरील विश्वास या प्रेरणा असल्याचे नमूद केले.

५) **उद्योग कमी/बंद करण्यामागील कारणे :** एका महिला उद्योजिकेने पुरेसे आर्थिक स्थैर्य व कुटुंबाकडे अधिक लक्ष पुरविण्यासाठी उद्योग बंद केला. एका प्रतिसादकाने आर्थिक स्थैर्य व सध्याची उद्योगाची वाईट स्थिती या कारणांनी उद्योग कमी केला.

निरीक्षणे :

१) सर्व प्रतिसादक हे मध्यम वर्गातील महाराष्ट्रीय असून, साऱ्यांनी आपापल्या उद्योगात उत्तम जम बसवला आहे.

२) कोणाही प्रतिसादकाला घराचा भक्कम आर्थिक पाठिंबा नव्हता.

३) उद्योगात अडचणी आल्या असता, जिद्द आणि आत्मविश्वास यांच्या जोरावर साऱ्यांनी त्यावर मात केली.

४) कोणाच्याही बॉसिंगशिवाय स्वतःच्या मर्जीनुसार व आवडीनुसार काम करावे ही सर्व प्रतिसादकाची मानसिकता होती.

५) दुसऱ्यासाठी आपले कसब वापरण्यापेक्षा स्वतःसाठी का नको? हा विचार उद्योग सुरू करण्यामागे होता.

उपसंहार :

मध्यमवर्गीय मराठी माणसाकडे कसब आहे. त्याला जिद्द व आत्मविश्वासाची जोड दिल्यास तो यशस्वी उद्योजक बनू शकेल व आपल्या मर्जीनुसार आवडीचे काम करू शकेल.

प्रा. डॉ. मनोहर इंगळे

उत्तम जीवनशैली

उद्योजक : श्री. अमोल जुन्नरकर
• स्टील फॅब्रिकेशन •

Manufacturers of Steel Safety Doors, Metal Shoe Racks, Modular Kitchens & 'Covid 19' Safety Partitions

आमची कंपनी २००४ पासून फॅब्रिकेशनमध्ये उत्तम क्वालिटीचे स्टील सेफ्टी डोअर्स, मॉड्युलर किचन्स आणि वॉल माऊटींग शु रॅक्समध्ये कार्यरत आहे.

२००४ सालापासून स्टील पावडर कोटेड फर्निचर, किचन ट्रॉलीज, इंटेरिअर डेकोरेशन आणि मग सर्वात शेवटी बेस्ट क्वालिटीमध्ये लॅचसहित पावडर कोटेड डोअर्सची निर्मिती करण्याचा प्रवास का सुरू केला ते सांगण्यासाठी मागच्या काही वर्षातला अनुभव सांगणे जास्त योग्य राहील.

मी माझे शिक्षण डिप्लोमा इन Instrumentation Engg. १९९८ साली पूर्ण करून पुण्यात माझ्या धाकट्या मामांकडे (श्री. राजेंद्र खटावकर) वास्तव्यास होतो. माझे आजोळ मिरज. मी सातारा येथे डिप्लोमा पूर्ण करून पुण्यातच चांगल्या कंपनीत जॉब मिळवायचा व करायचा म्हणून मी पुण्यात आलो. जानेवारी १९९९ मध्ये सकाळ मधील ZICOM Ltd. ची जाहीरात पाहून नोकरीसाठी प्रयत्न केला. Technical Engg. या पदाची नोकरीही लगेच मिळाली आणि कंपनीत मी खूप आनंदी होतो. नोकरी व्यवस्थित चालू होती. कित्येक आयटी कंपन्या व नामवंत कंपनीमध्ये जावे लागत असल्यामुळे पुणे शहर बऱ्यापैकी माहीत झाले. एक वर्ष पूर्ण होत आले, आणि भविष्यात सॉफ्टवेअरला चांगला डिमांड येणार हे ओळखून वडिलांनी मी हा जॉब सोडून सॉफ्टवेअरचा बाहेरून कोर्स आणि ग्रॅज्यऐशन (BCS) करावे, असा सल्ला दिला. मी त्याप्रमाणे BCS ला ॲडमिशनही घेतली आणि त्याच वेळी डिप्लोमामध्ये

कोर्सही चालू केला. मध्यंतरीच्या काळात माझा मोठा भाऊ श्री. अतुल जुन्नरकर (B.E.Mech.) नाशिकहून Mahindra & Mahindra कंपनीतील नोकरी सोडून स्वतःचा व्यवसाय सुरू करायचा या उद्देशाने पुण्यात आला. पण तेव्हा म्हणजे २००० ते २००१ या कालावधीत YZK Problem मुळे आलेली मोठी मंदी, त्याने चालू केलेल्या फॅब्रिकेशन व्यवसायास अनुकुल ठरली नाही. जेवढ्या प्रमाणात व्यवसाय होणे अपेक्षीत होते, तसे काहीच झाले नाही.

मी त्यावेळी BCS 2nd Year मध्ये होतो. टेक्निकलची लहान पणापासूनच आवड असल्याने Sotware बरोबरच Computer Assemblying अर्थात, हार्डवेअरमध्ये छोटा कोर्स केला. आणि माझा स्वतःचा पहिला Desktop Assembled मी स्वतःच केला. तो आजही एक आठवण म्हणून माझ्या संग्रही आहे. मग आत्मविश्वासाने मित्रांशी संपर्क साधून आधी काही मित्रांचे व इतर नवीन कस्टमरांनाही छान Configuration for Desktop Computers चा विक्री व्यवसायही चालू केला. त्यातही यश मिळाले व आपण व्यवसाय करू शकतो हा आत्मविश्वास मिळाला.

यादरम्यान, भावाला चाकण येथील Kehin Fie या नामवंत कंपनीत जॉब मिळाला. मग मात्र प्रश्न उभा राहीला तो, त्याने स्वत:च्या पैशातून व्यवसायासाठी खरेदी केलेल्या उत्तम प्रतिच्या मशिन्सचे काय करायचे, याचा. ही मशिनरी योग्य भावात विकली जावी यासाठी खूप प्रयत्न केले; पण योग्य दर काही मिळत नव्हता. मग मात्र माझ्या डोक्यात भलताच विचार शिजायला लागला. तेंव्हा माझी Bcs ची 2nd Year ची परिक्षाही झाली होती. आणि एके दिवशी भावाची ती पडून असलेली मशिनरी किरकोळ भावात न विकता, त्याचा उपयोग करून स्वत:चा वेगळा व्ययसाय चालू करायचा विचार मनात डोकावला. मी हा विचार त्याच दिवशी संध्याकाळी भावाला व आईला बोलून दाखवला. नकार घंटा अपेक्षितच होती, विरोधही झाला. पण शेवटी माझ्या बोलण्यातल्या आत्मविश्वासावर आणि फक्त एक वर्ष प्रयोग करून पहायला काय हरकत आहे, या अटीवर मी चक्क २००३ मध्ये Bcs ची Final Year सोडून ज्या व्यवसायाची काही माहिती नाही अशा या Fabrication व्यवसायात जून २००३ मध्ये आत्मविश्वासाने पाऊल टाकले.

आता एक मोठी जबाबदारी अनुभव नसताना पेलायची होती. मात्र सर्वात मोठा आधार मिळाला तो म्हणजे भावाने खरेदी केलेली आवश्यक मशिनरी, आईबाबांचा आधार व धाकट्या मामांनी जे एकच वाक्य बोलून दाखवले ते म्हणजे 'अमोल आपण दुसरीकडे नोकरी करण्यापेक्षा आपणच लोकांना नोकरी का नाही देऊ शकत, आपण आपला स्वतःचा व्यवसाय चालू करू.' त्यांचा हा दिवस मी कधीही विसरणार

नाही. मी त्याच दिवशी झोपताना कंपनीच्या नावाचा विचार करून ठेवला होता आणि ते नाव म्हणजे **'Living Concepts'.**

कंपनीचे हे नाव असे आहे की हे पटकन समजण्यासाठी नावाखाली एक छोटी टॅग लाईन घेतली पाहिजे ती म्हणजे ... For better living .... So finally it is Living Concepts.....for better living. अशी अनपेक्षितपणे एक वेगळीच जिद्द उराशी बाळगून माझ्या व्यवसायाची सुरुवात झाली. त्यावेळी म्हणजे २००५ ते २००७ या वर्षात Steel Furniture आणि खास करून सोफा-कम-बेड, सिंगल बेडची खूप मागणी होती. क्वालिटी मटेरिअल, क्वालिटी वर्क, कामातील अचूकता आणि वेळेत डिलिव्हरी या सर्व गोष्टींची योग्य सांगड घातली गेल्यामुळे 'Living Concepts' हे नाव खूप लोकांपर्यंत पोहचायला वेळ लागला नाही. याशिवाय 'सकाळ' वर्तमानपत्राची दर गुरुवारी रंगीत AZZ ही पुरवणी प्रसिद्ध व्हायची त्यात मी माझ्या 'सेफ्टी डोअर'ची जाहीरात देण्यास सुरुवात केली. आणि मग सेफ्टी डोअर्सलाही मागणी येण्यास सुरुवात झाली. पण, पुण्यात सर्वदूरपर्यंत आपण कसे पोहचणार हा विचार सतत मनात यायचा. आणि काही दिवसातच 'Justdial' ही डायरेक्ट मार्केटिंग कंपनी पुण्यात सुरू झाली. पुणेकरांना त्यांच्या गरजेनुसार चांगले काम करून देणाऱ्या कंपन्यांची डायरेक्ट माहिती त्यांच्या मोबईलवर आणि कंपन्यांना अशा गिऱ्हाईकांची माहिती व त्यांना कोणते प्रॉडक्ट हवे आहे याची माहिती मोबाईलवर मेसेजद्वारे आणि ईमेलद्वारे पुरवणारी ही एकमेव कंपनी होती. यातून पुण्यात खूप दूरपर्यंत चांगली गिऱ्हाईके मिळत गेली. आणि अल्पावधीतच मोठ्या प्रमाणात व्यवसाय वाढला तो या कंपनीमुळेच. त्या काही वर्षामध्ये कंपनीची जी भरभराट झाली त्या मागे Justdial चा वाटा ४० टक्के इतका होता, आणि मी Justdialचा संपूर्ण पुण्यामध्ये सातवा मेंबर होतो व आजपर्यंत आहे.

यादरम्यान, ज्या काही लोकांच्या संपर्कात मी आलो; तेव्हा एक गोष्ट नेहमी माझ्या लक्षात आली ती म्हणजे घरातील फर्निचर व इंटेरिअर कितीही सुंदर व चांगले असले, तरीही ज्यांच्याकडे लोखंडी सेफ्टी डोअर बसवला आहे तो मात्र अगदीच साध्या पद्धतीने फॅब्रिकेट केलेला, साध्या कड्या, ऑईलपेंटने रंगवलेला व कित्येक ठिकाणी चुका व सदोष फिटिंग केलेले दार. मग मात्र मनाशी ठरवले की आता सेफ्टी डोअर्स उत्तम चांगल्या पद्धतीचे बनवायचे आणि तेही Powder Control with Latch आणि पुणेकरांना द्यायचे.

पुढे मग हळूहळू फर्निचरचे काम कमी करून मी डोअर्सचे काम वाढवत गेलो. जोडीला माझ्या पत्नीचा, सौ. शिल्पा जुन्नरकर (B.E.Civil) हिचा खूप पाठिंबा

होता. स्वतःची नोकरी,घरातील सर्व गोष्टी सांभाळून व मुलाचा अभ्यास या साऱ्याच गोष्टींमध्ये तिची जी मोलाची साथ मिळाली, त्यामुळे मला माझ्या व्यवसायात लक्ष देण्यास भरपूर वाव मिळाला. यासोबतच कंपनीची वेबसाईट Justdial आणि Reference Order ची साथ, यामुळे भरपूर काम मिळत गेले.

अशातच काही गिऱ्हाईकांची खास करून IT Professionals आणि इतर नामवंत कंपन्यांमध्ये काम करणाऱ्या लोकांची वेगळीच मागणी पुढे आली. ती म्हणजे सेफ्टी डोअर्सची मॉडेल्स आणि क्वालिटी व सोयी हे सर्व ऑर्डर पक्की करावयाच्या आधि पाहता येईल का याची...

आणि मग या मागणीनुसार कंपनीचे पहिले छोटे शोरुम मी 'काकडे सिटी'जवळ १२०स्क्वे. फू टच्या जागेत भाडे करारावर सुरू केले. त्यामुळे मात्र प्रचंड रिसपॉन्स वाढला. लोकांचा विश्वास वाढला. शोरूम केल्यामुळे ऑर्डर पक्की होण्याचे प्रमाण ९० टक्के झाले. सकाळी ९.०० ते रात्री ९.०० असे १२-१२ तास रोज काम करून सुद्धा काम काही संपत नव्हते. लोकांच्या मागणीनुसार दारामध्ये सतत गरजेनुसार उपयोगी बदल याची अशी सांगड घातली गेली की, संपूर्ण पुण्यामध्ये एक नं. क्वालिटीचे सेफ्टी डोअर्स बनविणारे कोण तर वारज्यातील "Living Concepts" कंपनी, अशी ओळख निर्माण झाली जी आजतागायत आहे. शोरूममध्ये खूप सुंदर आणि अचूक माहिती सांगण्यासाठी मोलाची साथ मिळाली ती वडिलांची.

सध्या वारजे चौकात बँक ऑफ महाराष्ट्र शेजारी 'अंकुर प्लाझा' बिल्डिंगमध्ये स्वतःचे अंदाजे ४०० चौ. फू टची शोरूम आहे. आजही सेफ्टी डोअर्सची क्वालिटी आणि खाली नमूद केलेल्या सोयी पाहण्यासाठी वेळ काढून खूप दुरून गिऱ्हाईके येतात. आमच्या खास नक्षीकाम सेफ्टी डोअर्सची वैशिष्ट्ये खालीलप्रमाणे - (१) ७०% व्हेंटिलेशन, (२) ९५% मास्क्यूटोप्रुफिंग (३) ६०% प्रायव्हसी (बाहेरून आतले कमीत कमी दिसणे) (४) सुंदर डिझाईन्स (५) दुधाची पिशवी ड्रॉप करण्याची सोय इत्यादी.

संध्या आमची कंपनी सेफ्टी डोअर्स बरोबरच Wall Mounting Compact, Shoe Racks, Aluminium Ladders, Sliding Glass Doors & Windows व इतर काही गृहपोयोगी वस्तूंमध्ये काम करते. २००४ पासून आजतागायत चालू असलेला हा प्रवास केवळ आणि केवळ पुणेकरांचा असलेला विश्वास आणि सुरुवातीच्या खडतर प्रवासात आणि आताही सदैव कायम बरोबर असणारी माझ्या पत्नीची साथ व आईवडील यांच्या आशिर्वादामुळेच....

माझा हा व्यवसाय चांगल्याप्रकारे नावारूपाला येण्यास माझ्या काही नातेवाईकांची

आणि मित्रांचीही मदत झाली. तसेच ज्या पुणेकरांनी आमची सर्व्हिस अनुभवली आहे आणि अजूनही इतर लोकांना आर्वजून माझी आणि कंपनीची माहिती देत आहेत, अशा सर्व पुणेकरांचा, नातेवाईकांचा व घरातील सर्व मंडळींचा मी कायम ऋणी आहे. 'Living Concepts & Services'या आमच्या वारजे चौकातील शोरूमला एकदा अवश्य भेट द्या, ही नम्र विनंती.

उद्योजक : श्री. अमोल जुन्नरकर

मोबा : ९८२३१६५४५३, ९८८१२४४४३३

नागपुरातील पहिल्या पिढीचे उद्योजक

उद्योजक : श्री. अनिल टिकलकर
• फूड इंडस्ट्री •

श्री. अनिल टिकलकर हे मध्यप्रदेशातील खांडवा येथे राहणाऱ्या एका मराठी कुटुंबातून आलेले आहेत. त्यांचे वडील स्टेट बँक ऑफ इंडियामध्ये (SBI) नोकरीला होते आणि आई गृहिणी होती. त्यांचा मोठा भाऊही एसबीआयमध्ये (SBI) काम करत होता. त्यांच्या वडिलांच्या मध्यप्रदेशातील विविध लहानमोठ्या शहरात बदल्या व्हायच्या आणि म्हणून त्यांचे शालेय शिक्षण मध्यप्रदेशातील विविध शहरांत झाले. त्यांनी १९७७ मध्ये मध्यप्रदेशातूनच मॅट्रिक्युलेशन (११ वी) पूर्ण केले. मॅट्रिक्युलेशननंतर यांनी १९८० साली नागपूर विद्यापीठातून बीएस्सी (भौतिकी, रसायनशासत्र व गणित गट) आणि १९८३ मध्ये बीएस्सी (टेक) अन्न तंत्रज्ञान (फूड टेक्नॉलॉजी) नागपूरातील ख्यातनाम अशा लक्ष्मीनारायण तंत्रज्ञान संस्थेमधून (LIT) पूर्ण केले. त्यानंतर ते १९८५ मध्ये पी.जी. डी.बी.एम. हा अभ्यासक्रम भारतीय व्यवस्थापन संस्था अहमदाबाद (IIM) येथून उत्तीर्ण झाले.

उद्योजक होण्याच्या कल्पनेने त्यांच्या मनात प्रथम प्रवेश केला तो, ते शाळेत असतानाच. ते सुमारे १२ वर्षांचे असताना त्यांच्या लक्षात आले की त्यांचे कुटुंब आरामशीरपणे जगत असले, तरी त्याचे वडील गावात ये-जा करण्यासाठी सायकल वापरतात. खरं म्हणजे, मध्यप्रदेशात त्यावेळी अंतरे कमी होती. आणि सायकलने ये जा करणेही सोयीचे होते. पण शाळकरी अनिलच्या लक्षात आले की काही जण, कार वापरतात. त्याने वडिलांना विचारले की, ही कार वापरणारी आणि विमानाने प्रवास करणारी माणसे कोण आहेत? वडील म्हणाले की 'हे लोक एकतर उद्योगपती, व्यापारी किंवा खूप वरिष्ठ सरकारी अधिकारी आहेत आणि त्यामुळे त्यांच्याकडे कार किंवा विमान प्रवास करायला पैसे आहेत.' लहान अनिल यामुळे प्रभावित झाला व

यामुळे त्यांच्या मनात भविष्यात स्वतःचा उद्योग सुरू करण्याचा विचार आला. या विचाराचा पाठपुरावा करायचा म्हणून, त्यांनी एका विशिष्ट पदव्युत्तर शिक्षणाचा प्रवाह निवडला. त्यांना यंत्रसामग्रीमध्ये रस होता आणि ते विद्युत आणि यांत्रिकी उपकरणांमध्ये फार रस घ्यायचे. त्यांना वाटले की, अभियांत्रिकी तंत्रज्ञानाचा अभ्यास केल्याने ते एक उद्योग सुरू करू शकतील. एखादा उद्योग सुरू करावयाच्या दृष्टीने त्यांची पदव्युत्तर व्यवस्थापन शिक्षणही घ्यायचीही तयारी होती.

श्री. अनिल यांनी उद्योजकतापूर्वक कारकिर्दीचेही व्यवस्थित नियोजन केले होते. त्यांनी भारतीय व्यवस्थापन संस्था अहमदाबादमध्ये (IIM) असताना मध्यम आकाराच्या कंपन्यांमध्ये नोकरीसाठी अर्ज केला. नोकरीही उद्योजकतेच्या दिशेने तयारीच्या टप्प्यांसाठी होती आणि त्यांना असे वाटले की, मोठ्या आकाराच्या कंपनीपेक्षा मध्यम आकाराच्या कंपनीतच त्यांना व्यापक आणि विविधअंगी अनुभव मिळतील. आपला हा विचार पक्का झाल्यावर यांनी लालभाई ग्रुपच्या अनिल स्टार्च लि. नावाच्या कंपनीत नोकरी करायला सुरूवात केली आणि तेथे ५ वर्षे काम केले. त्यांचे कार्यस्थळ अहमदाबाद होते. त्यांना नंतर वाटले की, स्वतःची कंपनी सुरू करण्यास इच्छुक असलेल्या व्यक्तींसाठी अहमदाबाद हे एक आदर्श कार्यस्थळ आहे. त्यांच्या बहुतेक सहकाऱ्यांनाही व्यवसायात रस होता आणि बरेच जण नोकरी करत असताना काही जोडधंदाही करत होतेच. एकापेक्षा जास्त विभागात काम केल्यामुळे आणि अशा सहकाऱ्यांशी चर्चा केल्याने यांना त्यांच्या मनात भविष्यातील व्यवसायाची कल्पना अधिक सुस्पष्ट करण्यास मदत झाली.

अखेर ५ वर्षांच्या प्रत्यक्ष व्यावसायिक अनुभवानंतर त्यांनी स्वतःच्या उद्योगाचा श्रीगणेशा करण्याचे ठरवले. त्यासाठी त्यांनी नोकरी सोडली आणि ते नागपूरला स्थलांतरित झाले. तेथे त्यांनी स्वतःचे उत्पादन करणारा एक छोटा कारखाना सुरू केला. हा कारखाना सुरू करण्याची एक मुख्य प्रेरणा ही होती की, आता ते स्वतःच कर्तेकरवते मालक असतील कारण त्यांना आता कामाचा अनुभव होता. अर्थात, अजूनही काही इतर सक्षम घटकांनी त्यांना नोकरी सोडून उद्योग सुरू करण्याची प्रेरणा दिली, त्याचापण आपण विचार करायला हवा.

अ) **कार्यक्षेत्राचे ज्ञान :** त्यांनी स्टार्च आधारित अन्न उत्पादने तयार करण्याचा निर्णय घेतला. कारण, आधीच्या नोकरीत त्यांनी स्टार्च या पदार्थाबद्दल पुरेसे ज्ञान मिळवले होते. यातून त्यांनी–

१) भुकटी (पावडर) उत्पादने (दळणे, चाळणे आणि बांधणी) तयार

करण्यासाठी ते स्वतःच्या यंत्रसामग्रीचे आरेखन करू शकले व बनवूही शकले.

२) या यंत्रसामग्री उभारणीचा सुरुवातीचा खर्च जास्त नव्हता, तो फक्त रु. ५ लाख होता.

३) त्यांचे तांत्रिक ज्ञान चांगले होते, त्यामुळे त्यांना उत्पादनाच्या गुणवत्तांविषयक समस्यांना कधी तोंड द्यावे लागले नाही.

४) या सर्व प्रक्रियेला जास्त कामगारांची गरज नव्हती. (फक्त ७-८ पूर्ण वेळ कामगार)

ब) कौटुंबिक आधार : त्यांचे आईवडिल नागपूरातच स्थायिक झाले होते त्यामुळे ते आईवडिलांबरोबर राहू शकले, आणि मुख्य म्हणजे गरज पडल्यास त्यांना त्यांचा आधारही उपलब्ध होता. शिवाय, वडील त्यांना बँकांचे व्यवहार करण्यासही मदत करू शकले.

क) जोखीम घेण्याची क्षमता : त्यांनी योग्य वेळी लग्न केले व त्यांच्या पत्नी भारतीय विमा निगम (LIC) मध्ये नोकरीला होत्या. यांच्याच शब्दात सांगायचं तर, त्यामुळे त्यांना उद्योग उभारणीच्या काळात दैनंदिन भाजीभाकरीचा प्रश्न भेडसावला नाही.

हे लक्षात घेतले पाहिजे की, त्यांच्या उद्योजक होण्याच्या निर्णयामागे कोणतेही नकारात्मक कारण, किंवा प्रेरणा नव्हती. नोकरीत ते खूप आनंदी होते. त्यांची कोणतीही जास्त अपेक्षा नव्हती. त्यांचे वरिष्ठ एक सभ्य गृहस्थ होते. त्यामुळे त्यांच्या नोकरीतील असमाधानाचा प्रश्न नव्हता. त्यांनी पुढील दोन नाविन्यपूर्ण उत्पादने तयार करून आपल्या उद्योगाची सुरुवात केली.

१) फ्लेवर्ड ग्लुकोज पावडर. (फळसाखरेची सुगंधी भुकटी)

२) मिठाई मिश्रण. (मिठाईचा साठवण कालावधी वाढवण्यासाठी)

त्यांचा सुरुवातीचा प्रयत्न हा कोणत्याही मध्यस्थांचा वापर न करता थेट ग्राहकांना उत्पादनांची विक्री करणे, हा होता, परंतु त्यात ते अयशस्वी झाले. म्हणूनच यांनी मध्यस्थ व्यापाऱ्यांच्या सुचनेनुसार कॉर्नफ्लॉवर, कस्टर्ड पावडर, कॉर्न शुगर आणि बेकिंग पावडर अशी सर्वांना सहजपणे माहीत असणारी उत्पादने बनवली. त्यामुळे मध्यस्थ व्यापाऱ्यांच्या विक्रीजाळ्याच्या माध्यमातून त्यांची ही उत्पादने हॉटेल, बेकर्स, कुल्फी उत्पादक इत्यादींचा समावेश असलेल्या संस्थात्मक बाजारपेठेत पोहोचू लागली. अर्थात, त्यांच्या सुरुवातीच्या काळात कुठल्याही नवोदित उभरत्या उद्योजकाला भेडसावतील अशा काही समस्याही उद्‌भवल्या.

१) आर्थिक :

अ) नागपूर आणि विदर्भ क्षेत्रातील बाजारात सुरूवातीला उत्पादन कमी नफा घेऊन विकावे लागले. खेळत्या भांडवलाची परिस्थिती ठीक असली तरी, नफा कमी होता. शिवाय विक्री ३० दिवसांच्या उधारीवर करायला लागत होती.

ब) बँकेचे कर्ज मिळवणे अवघड होते; कारण, जेव्हा हा उद्योग सुरू केला तेव्हा १९९० साली देशात आर्थिक संकट निर्माण झाले होते.

क) नवोदित उद्योगांना आर्थिक आधार देण्याचे सरकारने दिलेल्या वचनाची फारच उशिरा म्हणजे ७ वर्षांनंतर अंमलबजावणी केली गेली. आणि त्यावेळी त्यांचे आर्थिक संकट संपले होते.

२) नियामक समस्या :

अ) अन्न उत्पानांसाठी सरकारी नियामकांनी अति लाच मागितली. त्यांच्याविरुद्ध नियामक प्राधिकरणाने दोन दावे न्यायालयात दाखल केले; पण ते न्यायालयात निकाली काढण्यासाठी अनेक वर्षे लागली.

त्यांना असे वाटते की न्यायालयीन खटल्यांमध्ये त्यांचा बराच वेळ गेला. विदर्भात उद्योग चालू केल्यानंतर ते भारतातील बाजारपेठांच्या वाढीवर आणि विस्तारावर आवश्यक तितक्या प्रमाणात लक्ष केंद्रित करू शकले नाहीत. परंतु, नोकरीत परत जाण्याची इच्छा नसल्यामुळे त्यांनी उद्योग चालू ठेवला. मात्र, गाड्या घेण्याची आणि विमानाने प्रवास करण्याची त्यांची इच्छा आता पूर्ण झाली आहे. त्यामुळे जर ते नोकरी करत राहीले असते, तर पश्चातापाची वेळ आली असती, असे त्यांना आता वाटते. त्यांचे आम्ही सुयश चिंतितो.

उद्योजक : श्री. अनिल टिकलकर

लेखक : उदयन परांजपे

अनुवादक व रूपांतरण : डॉ. जयंत पानसे

मोबा. : ९८२३०२०००१

पुस्तकवाले (अनोखी मुशाफिरी)

उद्योजक : श्री. आशिष वाळंबे
• पुस्तक विक्री •

किताबें झाँकती हैं बंद आलमारी के शीशों से
बडी हसरत से तकती हैं
महीनों अब मुलाकातें नही होती
जो शामें उनकी सोहबत में कटा करती थीं
अब अक्सर गुजर जाती है कम्प्यूटर के पर्दों पर
बडी बेचैन रहती हैं किताबें

– गुलजार

पुस्तकांप्रमाणेच कधी बाहेर पडता येईल या प्रश्नाने मी, माझे कुटुंब, माझे शहर, माझा देश आणि सर्व मनुष्यगण गेले ६ महिने अस्वस्थ आहे. गेल्या १०-१२ वर्षात जे काही वाचन केलं ते सगळं एका कपाटात बंदिस्त होतं. लॉकडाऊनच्या काळात पुस्तकांच कपाट असलेली खोली ही 'वर्क फ्रॉम होम'ची खोली झाली होती. वेळ मिळेल तेंव्हा कॉम्प्युटरवर वेबसिरीज, यु ट्युब बघणं सुरूच होतं. सलग ३-४ महिने दिवसातले ७-८ तास समोर कॉम्प्युटर होता; पण मान वरती केली आणि नजर फिरवली की कपाटातील पुस्तकं दिसायची. कपाट उघडून आधी कधीतरी वाचलेलच पुस्तक पुन्हा हातात घेतलं आणि 'पुस्तकवाले' च्या प्रवासाला सुरुवात झाली. बहुतांशी पुस्तकं पहील्यांदा वाचताना पटापट संपवण्याच्या घाईत वाचलेली होती. लॉकडाऊनच्या निमित्ताने काही पुस्तकं चघळायला मिळाली. हे ३ महिने रोज १-२ तास वाचनाची सवय लागली. वैयक्तिक आनंद मिळत होता. दिवसभर किंवा वीकएंडला काय करायचं या प्रश्नाला काही प्रमाणात उत्तर मिळालं. हळूहळू लॉकडाऊन उठवण्यात

आले. जवळच्या लोकांकडे जाणं येणं सुरू झालं. कुठल्याही घरात लहान मूल असेल तर, जाताना एक पुस्तक घेऊन जायचं ही आम्ही स्वतःहून लावून घेतलेली एक सवय. बाणेरला 'रोहन लेहेर' २ मोठ्या सोसायटींमध्ये राहणाऱ्या मित्राकडे जाणार होतो. त्याच्या ५ वर्षाच्या मुलासाठी आणि माझ्या ४ वर्षाच्या मुलीसाठी कोथरूड इथल्या 'पुस्तक पेठ' दुकानात जाऊन काही पुस्तकं आणायला गेलो. दुकानात संजय जोशींसोबत लॉकडाऊनचा पुस्तक विक्रीवर झालेला इम्पॅक्ट आणि विक्री अजून कशी वाढवता येईल, यावर काही मोघम चर्चादेखील झाली. तिथून मी फ्रँकलिनच्या गोष्टींचा संच घेऊन आलो. ''अशी पुस्तकं कुठे मिळतात? ऍमेझॉनवर नाही दिसत आणि क्रॉसवर्डमध्ये हरवून जायला होतं'' असा प्रश्न मित्राच्या बायकोने विचारला. घरी येताना 'विक्री कशी वाढवता येईल?' हा पुस्तक पेठेतील प्रश्न आणि 'ही पुस्तकं मिळतात कुठे?' हा मैत्रिणीने विचारलेला प्रश्न या दोन्हीचे उत्तर म्हणजे 'पुस्तकवाले'.

दुसऱ्या दिवशी 'पुस्तक पेठे'शी बोलून काही पुस्तकं विकत घेतली आणि मित्राला त्यांच्या सोसायटीमध्ये येऊ शकतो का विचारलं. चितळे, भाजी यांच्या गाड्या येत असल्यामुळे तशी काही अडचण नव्हती. त्या गाड्यांच्याऐवजी पुस्तकांची गाडी, अशी कल्पना मांडली. ३ बॅग्ज भरून साधारण ३०० पुस्तकं निवडली – १ बॅग लहान मुलांची, १ बॅग मोठ्यांसाठी मराठी आणि १ इंग्लिश पुस्तकांसाठी. ३ टेबल, हॅन्ड–सॅनिटायझर, स्प्रे हे साहित्य आमच्या टाटा टिगाओमध्ये भरून मी आणि आमची बायको सकाळी ९ ला बाणेरला पोचलो. फार तर एकही पुस्तक विकलं जाणार नाही ही एकच रिस्क होती. परंतु 'पुस्तक पेठे'चे संजय जोशी आणि माधव वैशंपायन यांनी पाठिंबा दिला होता. 'पुस्तकं तू घेऊन जा नाही विकली तर परत आणून दे' असा, आणि पुस्तकं निवडायलाही त्यांनी मदत केली होती.

कोरोनाचे सगळे नियम, पोलिसांची व सोसायटीची परवानगी या ३ गोष्टी आम्ही काळजीपूर्वक केल्या. पण त्या व्यतिरिक्त खूप विचार, चर्चा वगैरे न करता केलेली ही कृती होती. खूप चर्चा करून हे कसं चालणार नाही, किंवा कशाला शनिवार – रविवार बाहेर पडा? या प्रतिवादाने आम्ही काहीही न करताही बसलो असतो.

१ ऑगस्टला पहिला प्रयोग करायचा ठरवलं आणि संकल्प सोडला की उर्वरीत २०२० हे वर्ष पॉझिटिव नोटवर संपवायचं. दर वीकेंडला कुठल्या ना कुठल्या सोसायटीमध्ये जिथे परवानगी मिळेल तिथे पुस्तकं घेऊन जायची. पहिल्या दिवशी मिळालेला प्रतिसाद खूपच उत्साहवर्धक होता. वय वर्ष ६–९ या वयोगटातल्या

मुलांच्या चेहऱ्यावरची उत्सुकता बघून आम्हाला उर्जा मिळाली. पुस्तकं कशी वाचावीत याच्या प्रॅक्टिकल टिप्स संजय जोशींनी दिल्या, त्याचा इथल्या अरेंजमेंट करण्यात खूप उपयोग झाला.

पहिला प्रयोग उत्तम झाला! बऱ्याच वेळा हे आपल नशीब किंवा मटका असतो. म्हणून लगेच दुसऱ्या दिवशी आम्ही वारज्याला श्रीराम सोसायटीमध्ये परवानगी घेऊन उभे राहीलो. राखी पोर्णिमेच्या निमित्ताने खूप लोकांनी बहिणीसाठी, भावासाठी पुस्तकांची खरेदी केली. तिसरा प्रयोग करण्यासाठी आम्ही तळेगावला योगीराज हॉलमध्ये गेलो आणि तिथेपण उत्तम प्रतिसाद मिळाला.

सलग ३ प्रयोग अपेक्षेपेक्षा चांगले झाले हे जाणवल्यावर या उपक्रमामध्ये पोटॅनशिअल आहे याची खात्री पटली. अपेक्षा काय होत्या आमच्या?

१) प्राथमिक अपेक्षा होती की, आपण निवडलेली पुस्तकं लोकांना आवडतायेत का?

२) येणारा वाचक एकवेळ रिकाम्या हाताने गेला तरी या उपक्रमाविषयी त्याला काय वाटतंय?

३) आर्थिक गणित समाधानकारक बसतंय ना?

या ३ प्रयोगांचा आढावा घेऊन आम्ही सुरू केलेली 'पुस्तकवाले' ही संस्था कागदोपत्री रजिस्टर केली. कुठलीही जाहीरात न करता केवळ 'ऑर्डर ऑफ माऊथ' ने सलग १ वर्ष पुणे शहरातल्या विविध सोसाटींमध्ये आम्हाला जायची संधी मिळाली. "Too many choice creates confusion" हे डोक्यात ठेवून आम्ही पुस्तकं निवडली.

पुस्तकांचा स्टॉक तिप्पट केला. निवडक पुस्तकांच्या २-३ प्रति ठेवल्या. एक नियम होता की जी पुस्तकं मांडली असतील त्यातली जवळपास सगळी पुस्तकं आमच्या टिमपैकी कोणीतरी वाचलेली असावीत किंवा ते पुस्तकं माहितीतील असावं, जेणेकरून आम्हाला त्याबद्दल बोलता येईल.

लहान मुलांच्या शेजारी पालकांसाठी इंग्लिश पुस्तकं, सिनियर सटिझन्ससाठी वेगळं टेबल ज्यात पुस्तकांचे मुखपृष्ठ दिसेल. जेणे करून त्यांना नाव नीट वाचता येईल आणि कुठलीही घाई न करता बघता येईल. ३ फुटांचे अंतर मार्क करून ठेवले होते. लोकांना आता आपणहूनच सोशल डिस्टंसिन्गाची सवय असल्यामुळे निवांतपणे लोक पुस्तक बघत रेंगाळत होते.

डेटाच्या युगात गट फीलिंग पण तितकंच महत्त्वाचं आहे. आम्ही, आम्हाला आवडलेली; पण तितकी प्रसिद्ध नसलेली पुस्तकं नेली आणि ती वाचकांनी घेतल्यावर होणारा आनंद अवर्णनीय होता.

सगळ्यात महत्त्वाचं म्हणजे या डिजिटल फर्स्ट, किंडल, Ipadच्या वादळात कागदाची पुस्तकं तग धरून आहेत. आम्हाला स्वत:ला डिजिटल हे सोयीचं माध्यम वाटतं, पण पुस्तकं दिसल्यावर त्याचे रंग, विविध फॉन्टस हे नजरेला खिळवून ठेवतात. हातात घेतल्यावर त्यांचा होणारा स्पर्श, कागदाचा पोत, नवीन पुस्तकाचा एक अनामिक सुगंध आपल्याला आकृष्ट करतो. आणि हेचं कारण पुस्तकं खरेदी करणाऱ्या बऱ्याच लोकांनी सांगितल.

१) आता पर्यंत १५०+ सोसायटीमध्ये आम्ही गेलो त्यामध्ये दिसलेले काही पॅटर्नस. आम्ही ५०००० कुटुंबांशी जोडून १० हजाराहून अधिक पुस्तकं विकली.
२) राष्ट्रीय स्तरावरील स्टार्टअप स्पर्धा जिंकलो. गुलझार साब आणि सुधा मूर्ती मॅडमकडून कौतुकाची थाप मिळाली.

सुरुवातीला केवळ माझी बायको ऋतिका आणि मी हे दोघंच होतो; पण पोटेंशिअल दिसायला लागल्यावर आमची भावंडं या उपक्रमात सामील झाली. आमची २० जणांची टिम आहे आणि हळूहळू त्याचा विस्तार होतोय.

सगळ्यांसाठी युनिफॉर्म ठरले, जबाबदाऱ्या वाटून घेतल्या. पुस्तक कोण आणणार, रेकी कोण करणार, सोशल मिडिया कोण बघणार. कुठली पुस्तकं कुठे लावायची याचे नियम ठरले. येणाऱ्या वाचकाला पुस्तकं लवकर शोधता यावीत यासाठी लावतानाच त्यांची नीट मांडणी करायची. कुठले विषय, लेखक कसे मांडायचे हे ठरले.

उदा.- महाभारताशी संबंधित सगळी पुस्तकं एकत्र ठेवली तर जास्त सोयीचं होतं.

युगंधर, मृत्युंजय, युगांत, व्यासपर्व, व्यासांचे शिल्प हे शेजारी ठेवल्याने निर्णय घेणं सोपं होतं. तसंच सुधा मूर्ती, अब्दुल कलाम, जयंत नारळीकर, स्टीफन हौकिंग यांची पुस्तकं एकत्र ठेवायची.

प्रत्येक स्लॉटप्रमाणे हा सेटअप इन्व्हॉल्व्ह होतोय, पण एकूण पुस्तकांची संख्या ६००-७०० एवढीच ठेवायची, कारण निवड करायला सोपं जात. नवीन पुस्तकं आली तर काही पुस्तकं रिप्लेस करायची, पण एकूण पुस्तकं तेवढीच ठेवायची.

एका सेटअपसाठी जास्तीत जास्त ४ लोक व कमीत कमी २ लोक लागतात. प्रत्येक टेबलप्रमाणे पुस्तकांचे क्रेट्स भरून ठेवलेले असतात जेणेकरून सेटअप करताना १५ मिनिटात सेटअप होतो. पुन्हा क्रेट्स तसेच भरले तर पुढच्या सेटअपला सोयीचा होतो.

हे सगळं करताना एक गोष्ट पक्की होती की आम्ही सेल्स टार्गेट ठेवणार नाही.

आमचं टार्गेट आहे की येणारे लोक काही वेळ पुस्तकांसोबत रेंगाळू देत, त्यावर चर्चा करू देत. एकही पुस्तक त्यांनी घेतल नाही तरी चालेल, पण बाहेर पडताना 'पुस्तकवाले करतायेत ते चांगलयं आणि गरजेचं आहे. मी अजून २ लोकांना सांगितलं पाहीजे.' ही जाणीव झाली तरी आम्ही यशस्वी झालो म्हणू. सुदैवाने आतापर्यंत जे ६००+ वाचक आलेत त्यापैकी फक्त ८-१० असतील जे रिकाम्या हाताने परत गेलेत.

आता एका वेळी ३ टिम्स ३ ठिकाणी सेटअप करू शकतील इतकी इन्व्हेंटरी आणि लॉजिस्टिक्स सेट झालंय. 'पुस्तकवाले'मध्येसुद्धा आम्हाला पुस्तकप्रेमी हवे आहेत जे लोकांना पुस्तकाविषयी सांगतील. आमच्या उपक्रमात ज्या लोकांना सहभागी व्हायला आवडेल, त्यांनी थेट संपर्क साधावा.

हे सगळं करत असताना 'पुस्तक पेठे'चा पाठिंबा होताच. त्या सोबत पुण्यातील काही नामवंत प्रकाशक यांनी आपणहून या उपक्रमात सहभागी होण्यास उत्सुक आहे असे सांगितले. मेहता, रोहन, इत्यादी प्रकाशकांनी पुस्तकं उपलब्ध करून दिली. क्रॉसवर्ड औंध हे भारतातील सगळ्यात मोठं बुकस्टोर आहे त्यांनी आम्हाला पूर्ण मोकळीक दिली. लहान मुलांची इंग्लिश पुस्तकं निवडण्यासाठी खूप प्रोत्साहन दिलं. डॉ. समीर कुलकर्णी आणि आनंद अवधानी यांनी मोलाचे सल्ले दिले पुस्तकवाले ही अनुभवातून निर्माण झालेली संस्था नाही तर एका संकल्पनेतून आणि प्रयोजनातून निर्माण झालेली संस्था आहे.

'मैं अकेला ही चला था जानिब - ए - मंजिल मगर... लोग साथ आते गए और काँरवा बनता गया' चा प्रत्यय आम्हाला आला.

हे सगळं कशासाठी हा महत्त्वाचा प्रश्न आहे.

एक १३ वर्षांचा दिव्यांग मुलगा उत्साहाने स्वतःच्या वाढदिवसाच्या निमित्ताने १०-१२ पुस्तकं घेऊन गेला. साहील हा ११ वर्षांचा चुणचुणीत मुलगा आमच्याकडून ८-९ पुस्तकं घेऊन गेला आणि ३ दिवसात आम्हाला ई-मेल करून ६४ पुस्तकं वाचून झाली, पुन्हा कधी येणार, असा प्रश्न विचारतो, आणि अमुक अमुक पुस्तकं घेऊन या हे हक्काने सांगतो, तेंव्हा आम्हाला आमच्या कामाची दाद मिळते. ऋतुरंगमध्ये एक ७५ वर्षांचे आजोबा शांतपणे 'सगळी पुस्तकं आणि उत्साहाचे वातावरण बघून आज ऋतुरंग सोसायटीची वास्तुशांती झाली' अशी प्रतिक्रिया देतात तेंव्हा ती आपण काहीतरी चांगलं करतोय याची जाणीव होते.

'वाचन संस्कृती' वाढवणे वगैरे इतके मोठे शब्द वापरण्या इतपत 'पुस्तकवाले' मोठं नाही; किंवा ते आमचे ध्येय नाही. संस्कृती म्हणजे काय? संस्कार या शब्दाशी त्याचा संबंध आहे, असे माझे मत आहे. एखाद्या चांगल्या गोष्टीची जर सवय लावता

आली तर त्याचं रूपांतर संस्कारामध्ये होऊ शकत. एका पिढीकडून ते संस्कार पुढच्या पिढीकडे सहजतेने पोहोचवले पाहीजेत. दर महिन्याला जसं इतर गोष्टींच बजेट असतं, तसं पुस्तकांसाठी बजेट असायला काय हरकत आहे? संपूर्ण कुटुंब जर सिनेमाला, हॉटेलमध्ये एकत्र जातं तर मग पुस्तक खरेदी करण्यासाठी का जाऊ नये? आमचं अगदी साधं प्रयोजन आहे की, ज्या वाचनाने आणि पुस्तकांनी आम्हाला वैयक्तिकरित्या खूप आनंद, स्थैर्य, विश्वास, आशावाद दिला, त्या वाचनाच्या निमित्याने आपण लोकांना एका सकारात्मकतेने जोडूयात. 'पुस्तकवाले'च्या निमित्ताने सोसायटीमध्ये प्रसन्नता, उर्जा बघायला मिळते जी आम्हाला प्रोत्साहित करते. ३ पिढ्या एकत्र येऊन पुस्तकं खरेदी केली जातात हे दृश्यच फार समाधानकारक आहे, आणि हीच खरी आमच्या यशाची पावती...

''जोडोनिया जन उत्तम वाचावे.. चैतन्य पसरवावे प्रत्येक घरी!''

उद्योजक : आशिष वाळंबे
मोबा. : ९९२३१७४१०३

फार्मापोकस

उद्योजक : डॉ. गिरीश तेलंग
• प्रशिक्षण व नोकरीच्या संधी •

"Success thy name is success" अर्थात ''यशासारखे यशदायी काही नाही.'' याचा प्रत्यय अनेक वेळा येत असतो. नोकरी सोडून स्वतःचा व्यवसाय तोही कन्स्लटिंगचा सुरू करणे हेच एक धाडसाचे काम होते. त्यापूर्वी मी मेडिकल रिप्रेझेंटेटिव्ह एरिया मॅनेजर, रिजनल मॅनेजर, सेल्स प्रमोशन अशी कामे केली होती. प्रत्येक पायरीवर यशस्वी होत होतो. त्यामुळे स्वतःची कन्सलटन्सी सुरू करण्याचा विचार मनात हळूहळू प्रबळ झाला. वास्तविक साधारणतः सेवानिवृत्तीनंतर किंवा ५०-५५ व्या वर्षात कन्सलटन्सी सुरू केली जाते. पूर्ण सर्व बाजुंनी विचार करून २००१ मध्ये मी 'फार्माफोकस रिक्रुटमेंट कन्सलटन्सी' सुरू केली. ही कन्सलटन्सी अशी आहे की ज्यामध्ये बौद्धिक भांडवल फार गरजेचे असते. सर्व बाजूंनी विचार करून कृति केली तर त्याचे सदृश्य परिणाम चांगलेच दिसतात.

व्यवसायाची सुरूवात नेहमीच एका लहानशा रेघेने होत असते. उत्पन्न कमी असते. नोकरी सोडल्याने पगार बंद झालेला असतो. संसारातील खर्च चालूच असतात. या काळात घरच्यांचा नैतिक आधार खूप महत्त्वाचा असतो. सुरुवातीची ३/४ वर्षे अशी कठीण गेली; पण त्या वेळी पत्नीने पूर्ण सहकार्य केले.

मग एक पाऊल पुढे टाकले. कन्सलटन्सीसोबत प्रशिक्षण सुरू केले. मेडिकल रिप्रेझेंटेटिव्ह कसे व्हावे ? कसे बोलावे ? पोशाख, रहन-सहन यावर दर रविवारी एक दिवसाची कार्यशाळा सातत्याने सतत ७ वर्षे घेतली. कार्यशाळेकरिता चंद्रपूर ते मुंबई पुणे पर्यंतचे विद्यार्थी उपस्थित राहीले. याचा फायदा ग्रामीण आणि शहरी भागातील सर्व विद्यार्थ्यांना झाला. माझी भूमिका उत्प्रेरकाची आहे. एक आनंदाची व समाधानाची

बाब अशी की, प्रशिक्षण घेणाऱ्या काही मुलांनी स्वतःची फार्मा मार्केटिंग कंपनी सुरू केली असून, माझे विद्यार्थी हेच आता माझे ब्रँड ॲम्बेडसर ठरले आहेत. माझी कार्यशाळा यशस्वी झाल्याची ही पावतीच आहे.

माझा व्यवसाय सुरू झाला तेव्हा नळस्टॉपला ऑफिस केबिन घेतली होती, व आता सदाशिव पेठेत सर्व आधुनिक असे प्रशिक्षणासाठी सज्ज असे ऑफिस आहे. याबद्दलचा हा एक छोटासा प्रवास मी आपल्यासमोर व्यक्त करतो.

विविध शाखांतील शिक्षण घेवून मी समृद्ध झालो. मी फार्मसी इंजिनिअरिंग मॅनेजमेंट व लॉ केले, आणि या सर्वाचा मला माझ्या कन्सलटन्सी व रिक्रुमेंट क्षेत्रात खूप उपयोग झाला. लोकांपर्यंत पोचण्यासाठी मी प्रत्येक विद्यार्थ्याला पाच व्हिजीटिंग कार्डर्स देत असे व ती कार्डर्स त्यांच्या मित्रांना दिली जात. अशी ही मोहिम उपयुक्त ठरली.

आपण करीत असलेल्या व्यवसायात कमीत कमी सहा महिने उमेदवारी करणे गरजेचे असते. त्यामुळे मग पुढील वाटचाल समजून उमजून केली जाते आणि योग्य निर्णय घेतले जातात. मला माझा व्यवसाय समजण्यासाठी तीन वर्षे लागली. हा कालावधी इतरांसाठी कमी व्हावा म्हणून मी हे इथे लिहिले आहे.

माझ्या या व्यवसायात मला माझी पत्नी सौ. वैशाली गिरीश तेलंग हिचे विशेष मोलाचे सहकार्य लाभले. पत्नीने नैतिक आधार दिला व मार्गदर्शन केले. एक जवळचीच व्यक्ती म्हणजेच जोडीदारच हे करू शकतो, कारण इतर सहभागी काठावर बसणारे असतात.

व्यवसाय चालू असतानाच पी.एच.डी. करण्याचा माझा विचार झाला. माझे प्रयत्न, नशीब आणि दैवीकृपेने मी २०१५ मध्ये पी.एच.डी. पूर्ण केली. माझे गाईड डॉ. राम खर्चेसर व प्रोत्साहन देणारे डॉ. सुभाष भावे व इतर सहकारी आणि हितचिंतक यांचा मी ऋणी आहे. त्यानंतर विधी शाखेत प्रवेश घेऊन २०२० मध्ये मी लॉ पूर्ण केले.

रिक्रुमेंट कन्सलटन्सी ही एक अडथळ्यांची शर्यत आहे. व्यवसाय म्हटला की रोजचा दिवस हा नवीन शिकण्याचा व आव्हाने पेलण्याचा विषय असतो. या व्यवसायाचे मॉडेल मी आपल्यापुढे ठेवत आहे, ज्याचा नवीन व्यवसाय सुरू करणाऱ्यांना उपयोग होईल.

अ) व्यावसायिक फी/शुल्क उमेदवाराकडून न घेता कंपनीकडून म्हणजे नोकरी देणाऱ्याकडून घ्यावयाचे. आम्ही उमेदवाराकडून कोणतीच फी घेत नाही.

ब) Work From Home ही संकल्पना आमच्याकडे 'कोवीड १९'चे पूर्वीपासून

राबवली जाते. रिक्रुमेंट, सल्लागार, बिझीनेस, सहकारी हे घरूनदेखील काम करतात.

क) आमची फार्माफोकस कन्सलटन्सी सर्वांना माहित व्हावी जास्त लोकांपर्यंत पोचावी म्हणून आम्ही दरमहा एक न्युज पेपर सुरू केला व तो आम्ही अनेक आस्थापनांना पाठवू लागलो.

इ) 'फार्माफोकस' ची कार्यशाळा ऑन लाईन वेबीनार अनेक विषयांवर काम करते. नोकरी कशी मिळवावी? फार्मसी विक्री वाढवण्यासाठी विशीष्ट नियोजन, इच्छापत्र, हॉस्पिटलमधील काम करण्यासाठी अधिक किंवा जास्तीचे कोणते कौशल्य वापरून दर्जेदार काम करता येते. रिसेप्शनचे कौशल्य कसे वाढवावे? इत्यादी फार्माफोकसचा विस्तार हा खूप क्षेत्रात, प्रत्यक्ष व ऑनलाईन कार्यशाळा आयोजनाचा आहे.

ड) लॉकडाऊनच्या काळात आम्ही ऑनलाईन कार्यशाळा व वेबीनार सुरू केली.

फ) रिक्रुमेंट सप्तपदी –

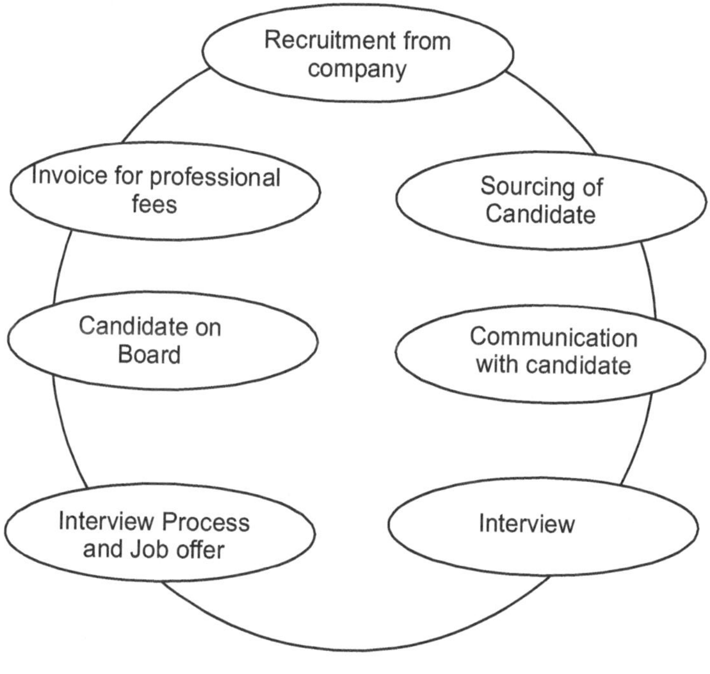

माझ्या म्हणजे फार्मांफोकसच्या यशात माझ्यासोबत माझ्या सर्व सहकाऱ्यांचा मोठा वाटा आहे. या सर्वांना घेऊनच 'फार्माफोकस'ची यशस्वी वाटचाल झाली आहे. त्यांचे आभार मानावे तेवढे थोडेच.

शेवटी खात्रीपूर्वक असे सांगावसे वाटते की संपर्क करा. ट्रेनिंग रिक्रुटमेंट या क्षेत्रात नोकरी अथवा व्यवसाय करू इच्छिणाऱ्यांना आवश्यक टिप्स, युक्त्या, देऊन मार्गदर्शन आम्ही करू शकतो. हे सशुल्क असेल; पण तुमच्या यशाचा मार्ग सोपा होईल. कारण, जी व्यक्ती या मार्गावरून गेली आहे, जिने बरचसे अंतर कापले आहे, चढण चढली आहे आणि म्हणूनच तीच व्यक्ती यशाच्या सहजसुलभ मार्गासाठी दिशादर्शक ठरते.

उद्योजक : डॉ. गिरीश तेलंग

मोबा. : ८९८३४५५८८५

प्रेरणा एंटरप्राइझेस

उद्योजक : सौ. चित्रा भावे

• छपाई व बांधणी •

'प्रेरणा एंटरप्राइझेस' या नावाने पार्टनरशीपमध्ये सुरू केलेला हा एक छोटासा व्यवसाय. माझे यजमान श्री. किरण भावे यांच्या प्रोत्साहनाने उचललेलं हे एक छोटसं पाऊल.

१९८३ साली जानेवारीत आमचं लग्न झालं. बी. कॉमची शेवटची सेमीस्टर मी लग्नानंतर दिली. डिसेंबर १९८३ ला आम्हाला कन्या झाली. त्या दरम्यान, गतवर्षी दिलेल्या बँक एक्झामचा निकाल मिळाला. माझं सिलेक्शन झालं होतं आणि अलिबाग येथील Bank Of India मध्ये मला रुजू व्हायचं होतं. त्याप्रमाणे मी माझ्या छोट्याशा बाळाला घेऊन अलिबाग येथे रुजू झाले. माझ्या सोबत माझी आई होती.

यजमानांची नोकरी पुणे स्थित 'प्रभात प्रिंटिंग वर्क्स' नामक एका प्रेसमध्ये होती. म्हणजे मी अलिबाग आणि यजमान पुण्यात. त्यांचा गुरुवार सुट्टीचा दिवस आणि माझा रविवार. त्यामळे भेटीसुद्धा गडबडीत व्हायच्या. नोकरी त्यांचीही नवीन आणि माझीही नोकरी नवीनच. त्यामुळे सुट्ट्या घेता येत नसत. आम्ही अशीच कशीबशी ३-४ वर्षे काढली, आणि आमच्या दुसऱ्या अपत्याची चाहुल लागली.

पुण्याला बदलीची जवळजवळ शक्यता नव्हतीच. कारण बदली होण्याच्या आड एक टेक्निकल मुद्दा होता. Because I had accepted the service after marriage, the marrage background option for trasfer was not for me. त्यामुळे दोन्ही अपत्यांचा सांभाळ नोकरी करत ऐकटीनं करणं दिवसेंदिवस जड होत गेलं, आणि पैसा कमी असल्यानं पैशाची जबाबदारी असताना तर ते फारच अवघड व्हायचं. शेवटी मी नोकरी सोडण्याचा निर्णय घेतला आणि पुण्यात आम्ही सर्वजण एकत्र राहु लागलो. वर्ष होतं १९८९, ही झाली पूर्वपीठिका!

आता पुढे काय, हा विचार सुरू झाला. परत नोकरी शोधायची की एखादा व्यवसाय? यांवर तेव्हा आम्हा दोघात खूप चर्चा व्हायच्या. यजमानांना त्यांच्या नोकरीत येणाऱ्या अनेक विविध अनुभवांविषयी ते बोलायचे. कुठल्या व्यवसायाच्या संधी प्रिंटिंग क्षेत्रात उपलब्ध आहेत वगैरे वगैरे. त्यांच्या बोलण्याप्रमाणे पुस्तक बांधणी क्षेत्रात सुशिक्षित माणूस नसल्याने खूप अडचणी येतात. पुस्तकांसाठीचे प्रिंटिंग जेथे होते तिथे बांधणी होत नाही. कारण तो एक संपूर्ण स्वतंत्र विषय आहे. त्यासाठी वेगळी मशिनरी लागते, वेगळं माणूसबळ लागतं. वेगळे व्यवस्थापन लागतं. ही सर्व व्यवस्था प्रत्येक प्रेस करू शकत नाही. त्यांचा प्रिंटिंगचा वर्कलोड त्यांना हे करू देत नाही. त्यामुळे सहाजीकच हे काम दुसऱ्या यंत्रणेकडे सोपवावे लागते. आणि तिथे संधी आहे, हे यजमानांनी माझ्या मनात बिंबवल.

अर्थात, या क्षेत्राची माहिती मला काहीच नव्हती. पण भावाचा एक होतकरू मित्र की ज्याने प्रिंटिंग टेक्नॉलॉजीचा कोर्स केलेला होता, तो पुढे झाला. त्यानं मी असं बायडिंगच युनीट सुरू करावं या गोष्टीला दुजोरा दिला. आणि मग हळूहळू त्या कल्पनेला आकार येऊ लागला. वर्ष होतं १९९२. थोडसंच भांडवल, भाड्याची जागा दोन, तीनच कस्टमर, एक पिनींग मशीन, एक कटिंग मशीन, दोनच कामगार म्हणजे तो भावाचा मित्र आणि मी, एवढ्यावरच श्रीगणेशा झाला.

हळूहळू प्रत्येक गोष्टीची माहिती होत गेली. पिनींग मशीन जे हाताने करावं लागत होतं त्यांत काहीतरी सुधारणा करावी लागणार आहे याची मला जाणीव झाली. पेपर कटींग मशीनबाबतही तेच वाटायला लागलं. कारण, काम वाढत होतं आणि तो स्पीड पकडणं आवश्यक होतं. त्यामुळे बँकेचे लोन मिळवून मशीनचं काम केलं.

या सगळ्यातून आमचा खर्च भागत होता; पण शिल्लक काही राहत नव्हती. त्यामुळे पार्टनरला ते जड जावू लागलं. त्याचे अजून लग्न झाले नव्हते, आणि या मिळकतीमध्ये आपलं लग्नही होणार नाही असं त्याला वाटत होतं. त्याचं म्हणणंही बरोबरच होतं. त्यामुळे त्यातून तो बाहेर पडायचं म्हणायला लागला. त्याला समजवण्याचा बराच प्रयत्न केला; पण त्याचा उपयोग झाला नाही. त्यावेळी खरा प्रश्न उभा राहीला की आता मी हे एकटीनं प्रोप्रायटर म्हणून चालवायचं का? ते वर्ष होतं १९९४.

आणि बऱ्याच विचारांती मी व्यवसायाच्या बाजूने निर्णय घेतला. परंतु आर्थिक बाजू अजूनच कमकुवत झाली होती; कारण पार्टनरला त्याचा हिस्सा परत केला होता. मला आता कष्टही खूप करावे लागणार होते. कारण एकटीनेच सर्व जबाबदारी पेलायची होती. यजमानांची नोकरी सुरूच होती. ती सुरू ठेवणं आवश्यकही होतं.

फक्त जमेची बाजू म्हणजे, आता मला बरीचशी कामे स्वतः करता येत होती आणि मला कामांच्या प्रोसेसचीही चांगली माहिती झाली होती. आज २०२१ मध्ये आमच्या युनीटकडे पाहिलं की वाटतं कुठून कुठपर्यंत आलो आहोत आपण...

एका हाताने चालवता येणारे स्टिचींग मशीन आणि एक साधच कटिंग मशीन, एवढ्यावरून सेक्शन स्युइंग मशीन, ॲटोमॅटिक पेपर फोल्डिंग मशीन, परफेक्ट बाइंडिंग मशीन, केस मेकिंग मशीन, ॲटोमॅटिंग पेपर कटिंग मशीन असं एक परिपूर्ण युनीट, शिवाय १०, १२ वर्कस आणि आम्ही दोघं. यजमानांनी २३ वर्षे सर्व्हिस केली आणि आता ती त्यांनी सोडली आहे. त्यांना प्रि-प्रिंट, प्रिंट आणि पोस्ट-प्रिंट या प्रिंटिंगच्या तिन्ही अंगाचं अतिशय उत्तम ज्ञान आहे. चांगला सरावही आहे. विविध प्रकारच्या कामांचा अनुभवही आहे. मशीनरी संदर्भातील अनेक टेक्नीकलबाबी ते जाणतात. त्यामुळे छोट्या मोठ्या दुरुस्ती ते स्वतःच करतात. त्यामुळे पैसा तर वाचतोच; पण आम्हाला त्याबाबतीत कोणीही फसवू शकत नाही.

आमची खासियत म्हणजे ग्रंथांचे हार्ड-केस-बायंडिंग. बोली भाषेत, पुठ्ठा बायडिंग. आम्ही केलेलं मुख्य काम म्हणजे, श्री. क्षेत्र शेगाव येथील गजानन महाराजांचा 'श्री. गजानन विजय' हा ग्रंथ.

जैन संस्कृती संरक्षक संघ सोलापूर येथून प्रकाशीत होणारी जैन धर्मियांची अनेकविध ग्रंथसंपदा खूप मोठ्या प्रमाणात आहेत. बऱ्याचदा त्या कामात ट्रक लोड करावा लागतो.

'वाग्देवता मंदिर' धुळे हेदेखील एक वैशिष्ट्यपूर्ण काम देणारे कस्टमर आहेत. शिवाय कॉन्टिनेंटल प्रकाशनही त्यांचे मुख्य ग्रंथ ते आमच्याकडे सोपावतात. जसे की 'मृत्युंजय','छावा', 'युगंधर', 'मराठ्यांचा इतिहास' कॉन्टिनेंटल प्रकाशनचे श्री. ऋतुपर्ण कुलकर्णी आणि त्यांच्या सुविद्य पत्नी सौ. अमृता हे दोघेही त्यांचं प्रकाशन अगदी आत्मियतेने चालवतात आणि त्यांचा व्यवहार अतिशय चोखही आहे. त्यामुळे आवृत्ती कितीही मोठी असली तरी निर्धास्तपणे काम करता येते.

याशिवाय आणखीही काही प्रकाशने आहेत. सुरुवातीला प्रगती प्रकाशनाची शैक्षणिक प्रकाशने तसेच, बालभारती ही मोठी प्रकाशनेही होती. आणखी एक वैशिष्ट्यपूर्ण उल्लेख केल्याशिवाय राहवत नाही, तो म्हणजे 'कर्वे स्त्री शिक्षण संस्थेचा इतिहास' हा एक अतिशय महत्त्वाचा दस्तऐवज आम्हाला करायला मिळाला. त्याचं प्रिंटिंग आणि बायंडिंग दोन्हीही. आम्ही तो ग्रंथ रॉयल साइजमध्ये केला. हा ग्रंथ सर्वार्थाने उत्तम होण्यासाठी खास प्रयत्न केले, कारण त्याचं महत्त्व आम्ही मनोमन जाणून होतो.

खास करून क्वालीटीवर अधिक फोकस करत असल्याने आमची आता तीच ओळख बनली आहे आणि त्याचा अभिमानही वाटतो. अर्थात, इथपर्यंत येण्यासाठी खूप मेहनत घेतली आहे. काही तत्त्व पक्की ठरवली होती. मशीनरी यासाठी मोठ्या रकमेची कर्जे घेतली होती आणि त्यांचे हप्तेही मोठे होते. कित्येकदा वाटायचे की, बँकेसाठी आम्ही चांगले कस्टमर आहोत, कामगारांसाठी चांगले मालक आहोत, सप्लायर्ससाठी वेळेत पेमेंट करणारे कस्टमर आहोत. प्रकाशनांसाठी वेळेत आणि उत्कृष्ट काम देणारे क्लाएट आहोत आणि हीच आमची आजवरची कमाई आहे... आम्ही फक्त आर्थिक फायद्यासाठी काम केलं नाही. चांगलं काम, चांगली ओळख हेच आमचं ध्येय होतं. पैसा येतोच; पण त्यामागुन या सोबत खूप जणांच्या शुभेच्छाही पाठीशी होत्या. त्याशिवाय आम्ही इथपर्यंत येऊच शकलो नसतो. सगळ्यात पहिले म्हणजे आई, वडील आणि त्यांनी दिलेले संस्कार. सुरुवातीच्या काळात आईचं खंबीरपणे बरोबर असणं तेव्हा तर तो हक्कच वाटायचा. पण आता विचार करताना वाटतं, स्वतःच्या संसाराकडे दुर्लक्ष करून, मला अधिक गरज आहे, हे लक्षात घेऊन माझी आई ज्या प्रेमाने, जबाबदारीने माझ्या बरोबर राहीली त्याला तोड नाही. त्यामुळे मात्र माझी लहान भावंडं, वडील यांना बरीच गैरसोय सहन करावी लागली.

तसेच दुसरे काही आप्त स्वकीय ज्यांचा नेहमीच आधार वाटला ते म्हणजे, माझी नणंद रत्नप्रभा राजहंस आणि नणंदेचा मुलगा राहुल सोमण. हेमंत लेले, माझा भाऊ विनायक अभ्यंकर, चुलत भाऊ ऋषिकेश अभ्यंकर, काही मित्र, मैत्रिणी त्या सर्वांचीच नावं लिहायला घेतली तर मोठीच यादी होईल. या सगळ्यांचे आम्ही फार ऋणी आहोत. आभार हा शब्दाने ते ऋण संपणार नाहीत. त्यापेक्षा आम्ही त्यांच्या ऋणात कायम राहु इच्छितो.

एक मात्र जरूर वाटतं की, आमच्या या विचारांशी सहमत होऊन अजून कोणाला तरी अशा पद्धतीने व्यवसायात उतरण्याची प्रेरणा मिळत राहो.

धन्यवाद !

उद्योजक : सौ. चित्रा भावे
मोबा. : ९४२२००४२९९

बिंदू ते सिंधू

उद्योजक : श्री. दत्तात्रय पाष्टे
• प्रकाशक - डायमंड पब्लिकेशन्स •

मागील १५-१६ वर्षांपासून 'डायमंड पब्लिकेशन्स' हे नाव पुस्तकजगात प्रसिद्ध आहे. त्यांनी १५ वर्षात दर्जेदार अशी एक हजार पुस्तके प्रकाशित केली आहेत. आमच्या या पुस्तकात ज्यांचा समावेश आम्ही अभिमानाने करीत आहोत त्यांचे नाव आहे श्री. दत्तात्रय पाष्टे.

आजही वयाच्या ६६-६७ व्या वर्षी दिवसातील १२-१३ तास ते व्यस्त असतात. वयाच्या ३६-३७ व्या वर्षी निवृत्तीवेतन असलेली नोकरी सोडून या व्यवसायात उडी घेऊन इतकी भक्कम 'गरूड झेप' घेणारे ते एकमेव आहेत. अगदी 'बिंदूपासून सिंधूपर्यंत' हे वर्णन त्यांना अगदी चपखल आहे.

त्यांची कौटुंबिक पार्श्वभूमी पहाता, वडील पुण्याच्या राजा बहादूर मिलमध्ये कामाला होते. आई घरगुती कामे करून हातभार लावत होती. घरात सहा भावंडे कोणीही शिकलेले नाही. जेमतेम सहीपुरती अक्षरओळख ! प्रत्येक जण १२-१३ व्या वर्षापासून जमेल तसा आर्थिक भार उचलत असे. श्री. दत्तात्रय पाष्टे हे १३ व्या वर्षीच पुस्तकाच्या दुकानात कामाला लागले. शाळा चालू होती. दिवाळी, उन्हाळ्याची सुट्टी, रविवार, अर्धा शनिवार इतर सुट्ट्या अशी ती कामे होत असत. फक्त त्यावेळी ते आप्पा बळवंत चौकात चांगल्या वस्तीत रहात असल्याने त्यांच्यावर संस्कार चांगले झाले, सवयी छान लागल्या. १९७२ मध्ये दहावी पास झाल्यावर लगेच म्हणजे अगदी त्याच दिवशी सायंकाळी राका बुक एजन्सीमध्ये त्यांनी काम सुरू केले. तेथे चार वर्षे अगदी मन लावून काम केले. त्यानंतर १९७७ मध्ये त्यांची एस. पी. कॉलेजमध्ये सेवक या पदावर कामाला सुरुवात झाली. त्यावेळी एस. पी. कॉलेजमध्येच फक्त फोनच्या तीन लाइन्स व दहा सबलाइन्स होत्या. तिथल्या ऑपरेटर मॅडम रजेवर

असल्या की, त्यांचे काम ते स्वत: सांभाळत असत. त्यामुळे १९८२-१९८३ मध्ये त्यांचीही तिथेच टेलिफोन ऑपरेटर म्हणून कामास सुरूवात झाली. एस्. पी. कॉलेजमध्ये १९८६ पर्यंत नोकरी केल्यावर स्वतःचा व्यवसाय किंवा काहीतरी सुरू करण्याची प्रबळ इच्छा त्यांच्या मनात आली. त्यावेळच्या प्राचार्यांसोबत त्यांचे चांगले संबंध होते. त्यांच्यासोबत चर्चा झाल्यावर त्यांनी व्यवसायातील धोके आपुलकीने समजावून सांगितले. परंतु पाष्टे ठाम होते. श्री. कुलकर्णी सरांनी सुरक्षित एक मार्ग सुचवला. एक वर्षाची मेडिकल रजा घेऊन अंदाज घ्यावा व जमत नसेल तर परत नोकरीत रुजू व्हावे. १९८६ मध्ये त्यांनी पाष्टेंना रु. ५००० भांडवल दिले. पाष्टेंनी सोने विकले व २५०० जमवले. रु. ७५०० मध्ये एका खोलीच्या राहत्या घरात त्यांनी 'पुस्तक विक्री' सुरू केली. पहिल्याच वर्षी चांगली विक्री होऊन पार्कींगच्या जागेत व्यवसाय सुरू केला.

त्यांच्या आईची इच्छा, नोकरीतली अर्धी भाकरीदेखील सुखाने खावी अशीच होती. लग्न झाल्यावर त्यांची २ मुले असे कुटुंब होते. कुटुंबाची जबाबदारी असल्याने जर हा व्यवसाय चाललाच नाही तर पर्यायही त्यांनी शोधून ठेवले होते. एक म्हणजे रिक्षा चालवणे व दुसरा टेलरिंगचा व्यवसाय करणे. परंतु तशी वेळच आली नाही. प्रबळ इच्छा असेल तर मार्ग सापडतोच. श्री. पाष्टे यांनी नेहमी त्यांना खूप चांगले सहकार्य करणारी माणसे मिळत गेल्याचा कृतज्ञतापूर्वक उल्लेख केला.

१९८६ पासून त्यांनी आंतरराष्ट्रीय पुस्तक विक्रिची अधिकृत एजन्सी घेतली. व पुण्यामधील शैक्षणिक संस्था, महाविद्यालये, व्यवस्थापन संस्था, अर्थ संस्था, येथे पुस्तक विक्रिस सुरुवात केली. त्यांना अनेकातील एक असे व्हायचे नव्हते, तर स्वतःचा वेगळा ठसा उमटवायचा होता. म्हणजे, आत्ताच्या भाषेत 'ब्रँड' निर्माण करायचा होता. अथक परिश्रम, आवश्यकतेनुसार हिंदीत स्पष्टीकरण, महाविद्यालयातील अभ्यासक्रमांचा मागोवा, सक्तीचे व पर्यायी विषय कोणते? यांचा अभ्यास, संदर्भ ग्रंथाची आवश्यकता, अशा विविध पुस्तकांच्या विक्रीतील सातत्यामुळे पुस्तकांची विक्री वाढली. नैतिक मूल्ये जपत, प्रामाणिकपणे व्यवसाय करायचा व न थांबता पुढे जायचे हे त्यांनी आपले ध्येय ठेवले.

मुंबईत एका नामवंत कंपनीसाठी त्यांना 'वितरक'चा अर्ज भरावयाचा होता. परंतु तोपर्यंत व्यवसायाला त्यांचे नाव नव्हते आणि अर्जावर नाव लिहिणे आवश्यक होते. 'डायमंड' असे नाव सुचले व ते त्यांनी लिहिले. इतकी त्यात सहजता आहे. सुदैवाने त्यावेळी त्यांना 'दत्तात्रय' नावासोबत त्या नावाची तार जुळून आली. त्यांच्या

पत्नी सौ. कमल हिच्याबद्दल बोलताना त्यांच्या शब्दाशब्दांतून भावोत्कटता जाणवत होती. 'आज लग्नाला ४७ वर्षे झालीत. परंतु संपूर्ण कौटुंबिक जबाबदारी कुरकुर न करता तिने सांभाळली म्हणून मी शांत चित्ताने १२-१४ तास काम करू शकलो. मुलांचे शिक्षण, आईचे सर्व करणे, भावंडे, नातेवाईक यांची आजतागायत जबाबदारी व प्रसंगी मलासुद्धा सल्ला मिळत असतो. मुलगा श्री. निलेश व सुना यांचेही आज चांगले सहकार्य आहे.' असे ते आवर्जून नमूद करतात.

२००५ ते २०२१ या १६ वर्षात त्यांनी सुमारे एक हजार ग्रंथांचा टप्पा पूर्ण केला आणि त्यातील वैशिष्ट्ये म्हणजे 'कोश वाङमय'. आजवर एकूण ५३ कोश त्यांनी प्रकाशित केलेले आहेत. त्यात तत्त्वज्ञान, मानसशास्त्र, राज्यशास्त्र, अर्थशास्त्र, सरिता कोश, ग्रंथालयशास्त्र, समाजशास्त्र, भूगोल, कॉमर्स, विधी शास्त्र इत्यादींचा समावेश आहे. प्रत्येक कोशाच्या ६०० प्रती काढल्या आहेत. त्यांच्या प्रकाशनाची सूची बघितली तर संगीत, आरोग्य, आयुर्वेद, ज्योतिष, धार्मिक, बाल कुमार वाङमय अनुवादित वाणिज्य, सायन्स, शिक्षणशास्त्र, खेळ, स्पर्धापरीक्षा, संदर्भ, सर्व सामाजिक शास्त्रे, समीक्षा, चरित्रे, व्यक्तीमत्त्व विकास अशी ही सूचीसुद्धा खूप मोठी आहे.

त्यांना भारत सरकारची, राज्यसरकारची, इंडियन कौन्सिल फॉर हिस्टॉरिकल रिसर्च यांची एका वेळेला ११ पुस्तके मराठीत अनुवाद करून प्रकाशित केल्याचा मान मिळाला आहे. मा. प्रतिभा पाटील राष्ट्रपती असताना राष्ट्रपती भवनाच्या वाचनालयात त्यांच्या वाङ्मय व इतर पुस्तकांचा समावेश झाला. शिवाय, त्यांनी भेटीची वेळही दिली होती. त्या पुण्यातील आपल्या वास्तव्यातपण भेटीस बोलावतात, हे त्यांनी अभिमानाने सांगितले आहे. 'मराठीत जाणते वाचक व नेणते लेखक व्हावेत' असा श्री. पाष्टे यांचा प्रयत्न असतो.

'' दिसामाजी काहीतरी ते लिहावे
प्रसंगी अखंडित वाचीत जावे''

हे समर्थाचे वचन आपण पाळावे.

डायमंड प्रकाशन्सचे महाराष्ट्रभर सुमारे ७० विक्रेते आहेत. डायमंडने आत्तापर्यंत अनेक लेखकांची पुस्तके प्रकाशित केलेली आहेत. श्री. पाष्टे हे स्वभावाने सालस असून त्यांचे बोलणे मृदू आहे. त्यांना भांडण वादावादी आवडत नाही. आता त्यांच्या जोडीला त्यांचा मुलगा श्री. निलेश आला आहे. 'निलेश अभियंता आहे, त्यामुळे प्रॉडक्शन, निर्मिती सांभाळतो. तर्कशुद्ध पद्धतीने काम करतो. बापसे बेटा सवाई आहे.' असे पाष्टे गर्वाने सांगतात. तसेच नातीचे कौतुक करताना 'आतापर्यंत उशीर

झाल्यावर घरी कोणी विचारत नव्हते, पण आता नात विचारते', असे पाष्टे कौतुकाने सांगतात.

या व्यवसायातील भांडवलाबाबतही आमची चर्चा झाली. श्री पाष्टेंच्या मते, पुस्तकांमध्ये खूप पैसा अडकतो. त्यामुळे आपला पैसा वाचवण्याकडे कल असतो. प्रत्येक व्यक्ती ही परिस्थितीनुरूप घडते. परिस्थितीवर मात करून पुढे जाणारेच यशस्वी होतात, याव्यतिरिक्त अजून एका गोष्टीची खंत त्यांनी व्यक्त केली. 'आपल्याकडे किमतीवर विक्री होते त्यामुळे नफा अत्यल्प राहतो. यात बदल व्हायला हवा. जर पुस्तकांच्या आवृत्या अधिक निघाल्या तरच नफा होतो.' आपण इतरांना काय सुचवाल? असे विचारले असता ते म्हणतात. ''मी इतका मोठा नाही परंतु, मन वढाय वढाय त्याला लगाम घाला. जिभेवर बंधन ठेवा म्हणजे जगावर बंधन राहील.'' त्यांच्या या शब्दांत मोठा अर्थ आहे. आपण त्यावर विचार करू या.

आपणास प्रत्येक बाबतीत सुयश चिंतते.

उद्योजक : श्री. दत्तात्रय पाष्टे
डायमंड पब्लिकेशन
मोबा. : ९८८१४७३४१६

विदा ॲग्रो

उद्योजक : श्री. विनोद ताडे आणि श्री. दामोदर कुलकर्णी
• फळांचा स्वाद टिकवणारा उद्योग •

'विदा ॲग्रो' ही पुण्याजवळच्या वाई येथील कंपनी आहे. श्री. विनोद ताडे आणि श्री. दामोदर कुलकर्णी यांची ही कंपनी. दोघांच्या नावांची अद्याक्षरे घेवून 'विदा ॲग्रो' या नावाने त्यांनी कंपनी सुरू केली. ॲग्रो म्हणजे आपण समजू शकतो, पण 'विदा' चा अर्थ काय? तर 'विदा' म्हणजे स्पॅनिश भाषेत 'लाईफ किंवा जीवन' होय. म्हणजेच स्वास्थ्यपूर्ण जीवनासाठी 'विदा ॲग्रो' ची उत्पादने वापरून निरोगी राहायचं! आहे ना नावाची करामत.

हे दोघेही इंजिनिअर असून पुण्याच्या 'प्राज इंडस्ट्रीज'मध्ये नोकरी करत होते. पगारही चांगला होता, परंतु मनाच्या कोपऱ्यात व्यवसायात उतरण्याची सुप्त इच्छा रुंजी घालत होती. चर्चा होत होत्या. अनेक सल्ले मिळत होते. नोकरी चालू ठेवून उद्योग सुरू करावा व व्यवसायात स्थिरस्थावर झाल्यावर नोकरी सोडावी. हा त्यांचा 'टिपीकल' महाराष्ट्रीयन विचार होता. परंतु या दोघांना हा सल्ला पटला नाही. दोघेही नीट लक्ष केंद्रित करून काम करणारे आहेत. आणि मुख्य म्हणजे त्यांना एकावेळी एकाच लक्ष्यावर नजर ठेवायची होती. अर्जुनाला गुरू मानणारे असे हे मित्र! घरून त्यांना भक्कम पाठिंबा होता. 'प्राज इंडस्ट्रिजचे' यशवंत असे श्री. प्रमोद चौधरी, यांचे मार्गदर्शन व प्रोत्साहनही त्यांना मिळत होते. आत्मविश्वास होताच. अभ्यासाची सवय होती. नोकरीतून मोकळे झाल्यावर त्यांनी ३/४ महिने विविध पर्यायांचा अभ्यास करण्यात घालवले. भाज्या व फळे यांच्या निर्यातीबतचा त्यांनी अभ्यास केला. परंतु, त्यामध्ये धोका जास्त व आधीपासूनच्या खूप कंपन्या कार्यरत होत्या. म्हणून त्यांनी थोडी वेगळी वाट घ्यावी असे ठरवले. नोकरीत असताना श्री. विनोद व श्री. दामोदरजी यांच्या खूप परदेशवाऱ्या झाल्या होत्या. खाद्यपदार्थांवर प्रक्रिया करून मग त्या वस्तू

नंतर उपयोगात आणणे, असे प्रकल्प त्यांनी अभ्यासले होते. परदेशात ही बाब रुळलेली होती परंतु, आपल्याकडे भारतात ही बाब नवीन होती. भारतात शेकडो हंगामी फळे व भाज्या पिकतात, परंतु वर्षभर उपलब्ध नसतात. त्यामुळे पूर्ण विचारांती भारतात उत्पादन होणाऱ्या हंगामी भाज्या व फळे यांच्यावर प्रक्रिया करण्याचा विचार त्यांनी नक्की केला. हे करताना नैसर्गिक चव व रंग यांच्यात बदल होणार नाहीत, अशी प्रक्रिया करणारी एक पद्धत त्यांनी सुरू केली.

व्यवस्थापन शास्त्रानुसार व्यवसाय नक्की झाल्यावर सर्व घटकांची जुळवाजुळव ही पुढची पायरी असते. जागा व भांडवल मशिनरी व कामगार अशी ती यादी आहे. पुण्यात व्यवसाय करणे सोपे व विक्रिसाठी सुलभ होते. परंतु उद्योगधंद्याचे विकेंद्रिकरण व खेड्यात रोजगारनिर्मिती या विचाराने श्री. कुलकर्णी यांच्या मूळ गावी म्हणजे 'वाई' येथील एम.आय.डी.सी. भागात प्लॉट घेऊन व्यवसाय सुरू झाला. शिवाय कच्चा मालाची उपलब्धता, वाहतुकीच्या सर्व सोयी होत्या. दोघेही इंजिनिअर व अभ्यासू असल्यामुळे त्यांनी पाश्चात्य तंत्रज्ञान परंतु भारतीय बनावटीतील अशी यंत्रसामुग्री बनवून घेतली. व्यवसायासाठी स्थिर भांडवल व खेळते भांडवल लागते. दोघांची गरज प्रत्येक व्यवसायासाठी भिन्न असते. स्थिर भांडवल जागा इमारत व मशिनरी यात स्वतःचा जमवलेला पैसा संपला. मग खेळते भांडवलासाठी प्रस्ताव करून बँकाच्या फेऱ्या सुरू झाल्या व बऱ्याच प्रतिक्षेनंतर काम झाले. FSSAI (Food Safty and Standards Authority of India - Govt. Ministry) परवाना मिळाला. National Harticulture Mission कडून थोडेफार अनुदान मिळाले. सर्व कागदपत्र वेळच्या वेळी व व्यवस्थित सादर झाल्याने तेथील सर्व अधिकारी वर्गाकडून मदत झाली. सर्व सव्या पसव्य होऊन कंपनीचे उत्पादन सुरू झाले.

उद्योगाविषयी थोडक्यात : पदार्थ जास्त काळ टिकवण्यासाठी त्याला सुकवलं जातं. सोलर ड्राइंग, हॉट एअर ड्राइंग या दोन प्रकारात चव, रंग व आकार बदलू शकतो. तिसरी पद्धत म्हणजे 'फ्रिज ड्राइंग' होय. खाद्यपदार्थ ताजी फळं व भाजी उणे ३० डिग्री तापमानाला फ्रिज केली जातात. या पद्धतीत पोषणमूल्य चव, रंग व आकार यात बदल होत नाही. मात्र वजन खूप कमी होत. त्यानंतर ते पदार्थ ॲल्युमिनिअम पाऊचमध्ये हवाबंद पद्धतीने पॅक केले जातात. त्यामुळे ते पदार्थ बाहेरपण ठेवता येतात आणि ते तसे एक वर्षपण राहू शकतात. 'विदा ॲग्रोमध्ये' २० लोकांची टीम आहे. यात आयटीआय, १२ वी पास, कॉमर्स पदवीधारक, इंजिनिअर आहेत. अकुशल कारागीरसुद्धा कंपनीत आहेत. फॅक्टरी आता तीन शिफ्टमध्ये चालते. आणि या प्रकल्पात दररोज २ ते ३ टन कच्च्या मालावर प्रक्रिया होते.

'विदा ॲग्रो'मध्ये स्ट्रॉबेरी, चिकु, आंबे, सिताफळ, अंजीर, अननस, केळी, किवी आणि परदेशातील रासबेरी, ब्लूबेर, क्रॅनबेरी, ब्लॅकबेरी, चेरी अशी विविध फळे तसेच मटार, मेथी, शेवग्याच्या शेंगा, कार्न टोमॅटो, कांदा, आलं, लसूण, इ. भाज्या कढीपत्ता, ऑरगॅनो, चिली फ्लेक्स यावर प्रक्रिया होते. घरात बनवलेल्या पदार्थांपैकी इडली सांबर, पावभाजी, दालफ्राय अशा पदार्थांवर प्रक्रिया होवू शकते.

'विदा ॲग्रो' चे ग्राहक म्हणजे उत्पादन करणाऱ्या कंपन्या होय. म्हणजेच 'बी-टू-बी (Business to Business)' तसेच हॉटेल्स होय. चॉकलेट्स, कॉर्नफ्लेक्स, म्युसली, आइस्क्रिम, रेडी-टु-कुक, भाज्या बनवणारी कंपनी हे होत. हे ग्राहक मिळवण्यासाठी फूड प्रदर्शनांमध्ये स्टॉल लावावा लागतो. दिल्ली, मुंबई, दुबई, युरोप या ठिकाणी स्टॉल लावून स्वतः उत्तम प्रेझेंटेशन द्यावे लागते. एक एक ग्राहक जोडावे लागतात. पाऊल ॲड माइक, टू एलिमेंट, टाटा कन्झुमर प्राडक्ट असे कायमस्वरूपी ग्राहक आहेत. सध्या भारतभर १५/१६ राज्यात ग्राहक असून युरोप, सिंगापूर व इतर आखाती राष्ट्रांत मालाची निर्यात होते.

हा उद्योग लघुउद्योगात मोडतो. व्यवसाय संधींपेक्षा तो ६ पट करण्याचा मोठा कारखाना उभा रहात आहे. मशिनरी विकसीत झाली आहे. महिना दिड महिन्यात तो सुरू होईल. त्यांनी बनवलेल्या मशिन्सचीपण विक्री होणार आहे. म्हणजे एका व्यवसायातून दुसरा व्यवसाय तयार होतो. तो असा!

श्री. विवेक ताडे व श्री. दोमोदर कुलकर्णी यांनी १७-१८ वर्षे नोकरी करून विचारपूर्वक व्यवसाय निवडला व तो यशस्वी केला. व्यवसायात 'सातत्य, चिकाटी व संयम' ही त्रिसुत्री नवीन उद्योजकांनी लक्षात ठेवावी. व्यवसायात स्थिरता आणणे हे महत्त्वाचे आहे. सुरुवातीला वैफल्य येऊ शकते. नफा कमी असतो. परंतु संयम ठेवून काम चालू ठेवावे लागते. साधारणतः ४/५ वर्षात जम बसतो. कोणतेही काम पूर्णत्वास नेणे महत्त्वाचे आहे. ग्राहकांसोबत स्पष्ट, परंतु गोड बोलणे आवश्यक असते. कामगारांबसोबत माणुसकीने वागून काम करून घ्यावे लागते, असा संदेश या दोघांनी नवीन उद्योजकांना दिला आहे.

उद्योजक : श्री. विवेक ताडे व श्री. दामोदर कुलकर्णी

मोबा. : ९८२२२५४२९९, ९८९०३००३४२

प्रेरक उद्योजक

उद्योजक : श्री. शिरसाट नवनाथ दाजी
• बांधकाम फॅब्रिकेशन •

बहुसंख्य घरे दगड मातीत बांधलेली; घरावर नळीच्या खापऱ्यांचे व बांबूचे छप्पर आणि मुरबाच्या खडीचे रस्ते. दोन तीन हजार लोकसंख्या असलेल्या गावात ४ थी पर्यंतची शाळा असे. १९६० सालापर्यंत जवळजवळ ७० टक्के भारत अशाच खेड्यांचा होता.

१९८०च्या दरम्यान लोकसंख्या ७ ते ८ हजार शाळा हायस्कूलपर्यंत घरावर सिमेंटचे पत्रे व सिमेंट वापरून भाजलेल्या विटांची घरे व काच खडीचे पक्के रस्ते इथपर्यंत सुधारणा झाली. बऱ्याच गावात वीज आली जात्याऐवजी डिझेल इंजिन किंवा विजेवर चालणारी पीठ गिरणी, चहाची हॉटेल, भजी-शेव चिवडा मिळेल अशी ५० टक्के गावे दिसू लागली.

अशा अनेक मार्गांनी सुधारणांची आयात होत असताना तरुण 'श्री. शिरसाट' वीज महामंडळात हेल्पर म्हणून कामाला लागले. म. रा. वि. म. गावोगावी ट्रान्सफार्मर उभे करून ११ हजार होल्टचे २२०-४४० असे होल्टेज वितरणासाठी वापरून घरोघरी लाईट देऊ लागले. त्यासाठी लो-होल्टेज लाईन, हाय-होल्टेज लाईनसाठी खांब उभे करणे, ते खांब कधीकधी सिमेंटचे असत. त्यासाठी पोल, फॅक्टऱ्या उभ्या राहील्या. खडी, वाळू, सिमेंटने पोलचे खड्डे व आधाराचे स्टे, त्याचे काँक्रिटीकरण श्री. शिरसाट अंगमेहनतीने, कष्टाळूपणे करत होते. शिरसाट मुख्य म्हणजे अभ्यासू माणूस. सिमेंट, क्रॉंक्रिट, खडी, वाळू, पाणी त्याचे सुकणे, पाण्याचा सतत शिडकावा, क्रॉक्रिटची ताकत वाढवणे, सिमेंट पोलमध्ये ताणून बसवलेल्या सळया व त्यांचे सेटिंग हे सगळे शिरसाट रोज अनुभवत होते. स्टे रॉड क्रॉक्रिटमध्ये कसा लोड घेतो, तो कसा गाढला गेला पाहिजे, पोलची खोली व क्रॉंक्रिटची ताकद हे सगळे त्यांच्या डोळ्याने मोजले

जात होते. या सर्व गोष्टी शिरसाटांना खूप काही शिकवत होत्या. त्यांचे तंत्र आणि मंत्रही मनाला प्रेरणा देत होते.

त्यातूनच त्यांना लोखंडी सळ्यांचा सांगाडा वापरून भोवती क्रॉंक्रिटचा साचा अशा प्रकारच्या दाराच्या चौकटी, खिडक्या आपण करून बघाव्या का? अशी कल्पना आली. दिवसेंदिवस लाकूड तर महागच होत राहणार? लोखंडी अँगल व त्याच्या खिडक्याही महाग व कच्च्या बांधकामाला गैरसोयीच्या होत्या. म्हणून सिमेंटची दारे खिडक्या असाव्यात अशी स्वप्ने शिरसाटांना पडत गेली. आणि एक दिवस मुलाला हाताशी धरून त्यांनी पहिला लोखंडी सांगाडा आणि त्यापासून क्रॉंक्रिटची खिडकी बनवली. तेवढ्यावरच न थांबता नोकरी सांभाळून पगार, प्रॉव्हिडंट फंड, सोसायटी अशी सर्व साधने वापरून त्यांनी मुलासाठी एक छोटा उद्योग सुरू करून दिला. तो उद्योग म्हणजे सिमेंट स्ट्रक्चरची दारे, खिडक्या, चेंबरची झाकणे अशा वेगवेगळ्या प्रकारच्या व वेगवेगळ्या आकाराची डिझाईन तयार करणे. त्यांच्या मुलानेही या उद्योगात खूप कष्ट करून त्यांना साथ दिली.

कराडपासून ढेबेवाडी रोडवर त्यांनी ओळखीने करार करून एक जागा मिळवली व ३ -४ वर्षात एक छानसा ४-५ लोकांना रोजगार देणारा व्यवसाय उभा केला. कराड ते चिपळून रस्त्याजवळ नदी आहे. त्यामुळे वाळूची उपलब्धता, पाणी वाहतुकीसाठी रस्ते, वाहनव्यवस्था व कोयनेपासून ते कराडपर्यंत विद्युतीकरणही झालेले आहे. त्या ठिकाणी असा हा सुविधांचा ठेवाच आहे. कोयनागट, पाटण, मल्हार पेठ अशी सबस्टेशन्स आणि विद्युतीकरण जवळजवळ रस्त्याला समांतर आहेत. शिरसाटांनी दूरदृष्टीने आर्थिक अडचणी असूनही धडाडीने पाटणच्या आसपास सोईस्कर जमीन उपलब्ध करून घेतली आहे. हा इतका सुंदर मूलभूत सुखसोईंच्या उपलब्धतेचा मार्ग दिसल्यावर शिरसाट स्वस्थ कसे बसणार? त्यांनी तिथे छोटे मोठे पाईप तयार करून विकण्याचा असा धडाका लावला की, त्यातून एक देशसेवा वाटावी असाही उद्योग निर्माण झाला.

पूर्वी १९६०-१९७० सालापर्यंत मध्यम शहरांतून भंगी संडास वापरात होते. खेडेगावात जवळजवळ संडास नव्हतेच. सगळा गाव पहाटे झुंजुमुंजु सूर्य उगवतीला गावाबाहेर मुक्त शेतात ओढ्याकाठी नदीकाठी हगणदारी व्यवस्था करी. शहरातील भंगी ही व्यवस्था म्हणजे समाजाला एक कलंक अत्यंत लज्जास्पद! माणसाने माणसाचा मैला डोक्यावरुन वाहायचा. १९६० सालापर्यंत ही भंगी जमात हे अत्यंत लज्जास्पद काम जणू कर्तव्य म्हणून करीत होती.

येथून पुढे हे बंद झालेच पाहिजे म्हणून संडास किंवा सेप्टिक टँकचे संडास

छोट्या मोठ्या शहरात सुरू झाले. कराडला अंडरग्राऊंड ड्रेनेज व्यवस्था अगोदरपासूनच होती व जेथे लाईन नसेल तेथे घरोघरी सेप्टीक टँकचे संडास सुरू झाले. जवळजवळ सर्व लहान मोठी शहरे या निमित्ताने सेप्टीक टँकच्या संडासांच्या वापराबद्दल जागी झाली. तरीही सेप्टीक टँक बांधून घेणे अशीच सुरुवात होती. सेप्टीक टँक म्हणजे मैलापाणी साठवून त्यावर जंतूंनी प्रक्रिया करून मैला फस्त करून त्याचे पाणी ओव्हर फ्लो करणारे मशीनच !

त्या काळात १९९०-१९९९ नंतर सिमेंट पाईप तीन साडेतीन फूट डायमेटर व ७-८ फूट लांबीचा वापरून सप्टीक टँकची कल्पना निघाली. टाकी बांधत बसण्याऐवजी पाईप वापरायची. त्यासाठी शिरसाट जणू सज्जच होते. त्यापुढचा काळ आला तो सरसकट ग्रामीण भाग हगणदारी मुक्तीचा. आणि गावोगावी घरोघरी संडास उपलब्ध करून देणे, त्यासाठी सरकारी अनुदान 'हगणदारी मुक्त खेडे' साकार होणे हे गावोगावीच्या पुढाऱ्यांचे स्वप्न झाले.

शिरसाटांनी मग पीव्हीसी व सिमेंटचे पत्रे वापरून क्राँक्रिटची दारे व खिडक्या व पाईपचा सेप्टीक टँक अशा पूर्ण संचाची उभारणी करून देणे, असा उद्योगच सुरू केला. श्री. शिरसाट आपले वीजमंडळातले काम सांभाळून हेल्पर, असिस्टंट लाईनमन, लाईन फोरमन अशा चढत्या पोस्टवर प्रामाणिकपणे काम चोखपणे करून मुलांना मार्गदर्शन करीत राहीले. विश्वास बसणार नाही अशी कर्तबगारी मुलांनीही दाखवून बापाला प्रचंड यश मिळवून दिले.

श्री. शिरसाटांची अत्यंत साधी राहणी, प्रसन्न पण विचारी व्यक्तिमत्त्व नम्र वागणूक असाच अनुभव अनेकांनी घेतला आहे. त्यांनी एका जमीनव्यवहारात एका प्रख्यात वकिलाशी अशी झुंज घेतली की तोही थक्क झाला. हा विषय आजचा नाही, पण श्री. शिरसाट एक असा उद्योजक आहे की हातात घेईल ते फक्त तडीस न नेता त्याचे सोने करील.

आज शिरसाटांच्या छोटीशा कंपनीत पन्नास-साठ लोक कामाला आहेत. त्यांची दोन्ही मुले उद्योग सांभाळतात आणि शिरसाट नवीन क्षेत्रात प्रवेश करण्याची क्षमता बाळगूनही मस्त आनंदात जग अनुभवत असतात. वीजमंडळात हुशारीने व कष्टाने 'फोरमन' पदापर्यंत गेलेला, एक मराठी ४ थी ५ वी शिकलेला, अनुभवाने वीज हाताळणारा, सरकारी नोकरी सांभाळून, मुलांसाठी उद्योग उभा करण्यास प्रेरणा देणारी व्यक्ती पुढे एक समर्थ उद्योजक होते, ही गोष्ट सामान्य नाही. त्यांचा एक मुलगा पवई आयआयटीतून एम. टेक. होऊन पुढे झेप घेण्यास तयार झालाच आहे. आता आणखी काय हवे !

गावोगाव रात्रंदिस खड्डे खणत पोल उभे करत आणि त्यावरील तारांचे जाळे सांभाळत फिरायचे आणि पोटापुरता कसाबसा संसार करायचा व चार दोन तास वीज गेली तर लोकांच्या शिव्या खायच्या. यापेक्षा लोखंडी सळई, सिमेंट, खड्डे, पोल, वाळू हे रोजचे साहित्य वापरून ग्रामीण भागातले स्वच्छतागृह उभे करून, शिवाय आपल्याच गावांचा ग्रामविकास करण्यात सहभाग या आनंदाबरोबरच, हळूहळू वाढलेला मुलांचा घरगुती उद्योग एक लघुउद्योगात रूपांतरीत करणे या श्री. शिरसाटांच्या प्रेरणा कितीतरी पैलूंच्या आहेत. भव्य स्वप्ने एकदम कशी पडतील? आणि खरा उद्योजक शून्यातूनच निर्मिती करताना स्वतःचे कष्ट, स्वतःचे स्वातंत्र्य व स्वतःची हिंमत आणि समाजातल्या आपल्या स्थानावरचा चांगलेपणावरचा विश्वास या जोरावर व त्याच प्रेरणेने 'उद्योजक' आणि 'उद्योक प्रवर्तक' होतो नाही काय!

उद्योजक : शिरसाट नवनाथ दाजी
मोबा. : ९३०९५७१२१४
शब्दांकन : कुलकर्णी र. ह.

बांधकामाचा पैलू-ठेकेदारी

उद्योजक : श्री. नितीन वैद्य
• बांधकाम ठेकेदारी •

बत्तीस वर्षापूर्वी गुणवत्ता यादीतल्या समावेशासह स्थापत्य अभियांत्रिकेतली पदवी मिळवली आहे. तरी पुढे काय करायचे काही डोक्यात नव्हते. झिरो बजेट नुकतेच लागू झालेले, त्यामुळे शासकीय भरती बंद होती. एम.पी.एस.सी. परीक्षा झाली नव्हती. कॉलेज संपता संपताच मुंबईतल्या कंपनीचे इटरव्यूसाठी बोलावणे आलेले. तिथे काही मित्रांसह गेलो. मुंबईत याआधी जाणे नव्हते झालेले. वाशीत चकचकीत ऑफिस, स्ट्रक्चरल कन्सलटन्सीमधील मोठी कंपनी, आम्ही कनस्ट्रक्शन इंजिनिअर (अभियांत्रिकी शिक्षणाचे खाजगीकरण झाले तसेच शासनाने कनस्ट्रक्शन, मॅनेजमेंट, स्ट्रक्चरल अशी फोड करत शाखा उघडलेल्या) मोठ्या स्ट्रक्चरल डिझाईन्समधला अनुभव वा शिक्षण नव्हते. चारही जणांच्या मुलाखती झाल्यावर त्या अधिकाऱ्याने शांत चेहऱ्याने सांगितले 'you all are equally bad. पण तरी मला एका साईट इंजिनिअरची तातडीची गरज आहे, मुंबईत राहायची सोय असणाऱ्यानं थांबावं.' आमची सोय, तयारी नव्हतीच. परत आलो. पुढे एकटाच पुण्यात आलो. गुणवत्ता होती तरी आत्मविश्वास नव्हता अजिबात. मुलाखत झाल्यावर पगाराची अपेक्षा काय यावर मला बोलताच येत नव्हते. दोन ठिकाणी असे झाल्यावर तिसऱ्या ठिकाणी 'तुम्ही ठरवाल तो' असं कसंबसं म्हणत वेळ निभावली. आणि ९०च्या सुरुवातीला नोकरी सुरू झाली.

दीड वर्षे नोकरी केली. तो काळ निश्चितच भविष्याच्यादृष्टीने अधांतरीच असला तरी फार छान काळ होता. काही आत्मविश्वास आणि खूप अनुभव देणारा! या काळात एक चालू असलेली आणि दुसरी पूर्ण नवीन, अशा दोन अपार्टमेंट साईट्सवर काम केले. दोन्ही साईटवर इंजिनिअर मी एकटाच. पुढे, आपणही हे काम सुरू करू

शकू, या विश्वासासह ९१च्या शेवटला सोलापूरात घरी परतलो. अर्थात, इथे तयार काहीच नव्हते. हवेत हातपाय मारत नात्या-ओळखीतल्या बांधकाम व्यवसायातील संबंधिताना भेटणे, यात सहा महिने घालवल्यावर घरी चिंता वाटायला लागली. मी नोकरीसाठी कसलेच प्रयत्न करत नव्हतो. धाकट्या भावाचे शिक्षणही संपत आलेले. मी बांधकाम व्यवसाय करणार असेन तर तोही बरोबर असेल हे नकळत ठरून गेले. शिक्षण संपलेले वा संपत आलेले दोन तरूण घरात, हा मध्यमवर्गीय घरात ताण आणणारा मामला असतो हे सांगायला नकोच. आमचे त्यावेळेचे शेजारी नारायणदास भट्टड हे दुरून तरी जिव्हाळ्याने हे पाहत होते.

त्यांचा वडिलोपार्जित व्यवसाय म्हणून ते महापालिकेत कंत्राटदारी करत. त्यांच्या वडिलांच्या अकाली निधनानंतर मोठ्या वडिलोपार्जित बांधकाम व्यवसायातून ते बाहेर पडले होते. त्यांचे शिक्षण नव्हते; पण घरच्या व्यवसायातला अनुभव आणि ओळखी! मला ते हात धरून एक दिवस महापालिकेत घेऊन गेले. आणि थेट नगर अभियंता कार्यालयात जाऊन त्यांनी मला 'कंत्राटदार' आणि 'अभियंता' नोंदणीचे अर्ज घेऊन दिले. त्यांनी संबंधितांच्या ओळखीरोबरच कामंही मिळतील असा विश्वासही दिला. काही दिवसातच सगळ्या प्रक्रियेतूनच पार पडत, अखेर अस्मादिक 'बांधकाम कंत्राटदार' झाले.

आमच्या मध्यमवर्गीय पापभीरू वडिलांना हे अजिबात आवडत नव्हते. स्पर्धापरीक्षांची वाट पाहून त्यातून नोकरीसाठी; त्यातही पॉलिटेक्निक कॉलेजात प्राध्यापक पदासाठी प्रयत्न करावेत, असे त्यांना वाटणे सहाजिक होते. आजूबाजूला अशा काही लोकांचे कष्ट, वेळीअवेळी दारात पैशासाठी येणारे लोक, भांडण, काम मिळवण्यासाठी करायला लागणाऱ्या हजार लटपटी (हे ऐकीव बरचसे) हे ते पाहात होते. वडिलांसह दोन काका, असे तिन्ही भाऊ घरची परिस्थिती पाहून जेमतेम बारावीनंतर कारकून श्रेणीतल्या शासकीय नोकऱ्यात चिकटवलेले. तीन साडेतीन दशकानंतर तिथूनच नियमानुसार दोन तीन पायऱ्या प्रमोट होत निवृत्तीच्या उंबरठ्यावर आलेले. निवृत्तीला येतायेता सर्व अपत्यांची लग्नं झालेली असणे, छोटेसे घर बांधण्याइतपत पैसा आणि अखेरपर्यंत शाश्वत असणारी पेन्शन. समाधानी उत्तरायणाकरिता इतके पुरे असणाऱ्यांपैकी मक्तेदारीला ते 'गजंडी धंदा' म्हणत हे आठवते. पुढे त्यांचे मत काहीसे पालटले; पण त्यासाठी बरीच वर्षे गेली.

टेंडरनोटीस पाहणे, त्यातल्या आवाक्यातल्या कामांसाठी गळ टाकून बसणे, स्पर्धक हुडकणे, त्यांना काही तडजोडीसह राजी करणे, वा स्पर्धेत निविदा भरणे हे नंतर अंगवळणी पडले. पण सुरुवातीलाच काम मिळाले ते नॅशनल पार्कमधील

सिंहांसाठी दोन पिंजरे तयार करणे रु, २७०००/-. मी तांत्रिक बाबी, आणि महापालिकेने व्यवहार पाहावेत, भावाने दिवसभर साईटवर थांबून काम करून घ्यावे, असे नकळत ठरून गेले. सतत काम निघे त्यामुळे मागावरच असावे लागे; परंतु हळूहळू सगळ्यांची सवय होत गेली. बाकी तडजोडी चुकत नसल्या, तरी आमची कामे दर्जेदार आणि वेळेत व्हावीत असा सुरुवातीपासूनच कसोशीनं प्रयत्न केला. पैसे कमी अधिक मिळतीलच; पण त्यासोबत काम केल्याचा आनंदही मिळायला हवा असा प्रयत्न करत राहीलो. वडिलांना भय वाटत होते तसे तीन दशकांत अपवादत्मक असे काही झाले नाही.

राजकारणात सगळ्या प्रकारचे लोक असतात. काम चागलचं करण्याच्या हट्टामुळे आपल्या वॉर्डात एखादे नेहमीपेक्षा वेगळे किंवा चांगले काम असले की नगरसेवकांकडून आम्हाला बोलावणे यायला लागले. त्यामुळे काम मिळण्यातली अनिश्चितता कमी झाली. (दरम्यान वडिलांप्रमाणेच नारायणदास भट्टड यांचेही अल्पवयात निधन झाले. त्यांच्याविषयी कृतज्ञतेची जाणीव अजून मनात आहे.) या जवळपास दोन दशकांच्या काळात आम्ही महापालिकेची अनेक चांगली कामे केली, जी एवढ्या दिवसानंतरही दिमाखात उभी आहेत. मध्यंतरी सोलापूरच्या एका वृत्तपत्राने सोलापूरच्या स्थानिक इतिहासावर एक 'कॉफीटेबल बुक' प्रकाशित केले. सोलापूरच्या पेठांमधल्या जुन्या ऐतिहासिक वास्तूंचे फोटो त्यात होते. आम्ही पुन्हा बांधलेल्या वा नुतनीकरण केलेल्या दोन वास्तू त्यात होत्या. अनेक छोटी; पण महत्त्वाची तातडीची कामं करण्यासाठी अधिकारी वर्ग आम्हाला बोलावून विचारत. काम करण्यात स्वातंत्र्यही मिळे. टेंडरमधल्या जीवघेण्या स्पर्धेनंतर हेही आम्ही अनुभवले.

गावठाणात पुरातन मोठे विठ्ठलमंदिर होते. आतल्या बाजूला जुनी बंद पडलेली तीन मजली शाळा होती. इतके मोठे ते पूर्ण पाडून नव्याने बांधावे असा ठराव झालेला. त्याचे प्रवेशद्वार भक्कम दगडी, दराच्या दोन्ही बाजुला कोरलेल्या गरुड आणि हनुमानाच्या रेखीव पूर्णाकृती मूर्ती होत्या. तेव्हा मंदिराची ही ऐतिहासिक ओळख तशीच ठेऊन त्याला साजेसे उर्वरीत बांधकाम करावे, असे तपशील त्यांनी दिले. ते मान्य झाले. आज ते चौकात उभे असलेले मंदिर पाहताना समाधान वाटते.

मिलींद नगर वस्तीत अनेक छोटे बोळ होते. ते सगळे एकत्र मोठ्या वाहत्या रस्त्याला मिळत त्या तिठ्यांवर दोन ठिकाणी प्रवेश कमानी उभाराव्या अशी कल्पना नगरसेवकांनी मांडली. नामांतरानंतरच्या मराठवाडा विद्यापीठाची मोठी प्रवेशकमान आणि सारनाथच्या स्तूपाच्या डिझाईनची दुसरी छोटी छोटी कामे आरसीसीत होणे शक्य होते, पण दुसरी ३५ फूट लांब २५ फूट उंच अशी कमान आरसीसीत बांधण्याइतके

बजेट नव्हते. मग ही कमान वेगळ्या तंत्रात करण्याचे काम असेच समाधान देऊन गेले. संपूर्ण ढाबा फॅब्रीकेशनमध्ये उभा करून बाहेरून पातळ कॉंक्रिट पडदी असावी, असे सुचवले. वाहत्या रस्त्यावर हे टिकणार नाही असे अधिकाऱ्यांना वाटणे सहाजिकच होते. पण मी जबाबदारी घेतली आणि वाहता रस्ता असल्याने रोज फक्त रात्री काम करून वेळेत हे काम पुरे केले. त्याला आज दोन दशकांपेक्षा जास्त दिवस झालेत. दोन्ही कमानी त्याच दिमाखात उभ्या आहेत.

पुढेही अशी अनेक कामे केली. बाबासाहेबांच्या पदस्पर्शाने पुनित झालेल्या 'पंचाची चावडी' या छोट्याशा वास्तूचे जुनेपण कायम ठेऊन केलेले, नुतनीकरण मार्शल लॉ काळात स्वातंत्र्यसैनिकांनी आश्रय घेतला, ते तीन मजली सळई मारुती मंदिर, ऐतिहासिक परंपरा असलेला बाबा पीर दर्गाह, अशी दोन दशकांत अनेक कामे झाली. यादरम्यान, आम्ही सोलापूरातल्या राहुरीच्या कृषी विद्यापीठाच्या उपकेंद्रातही काही कामे केली. सोलापूरात काम पूर्ण झाल्यावर बिलांसाठी राहुरीला जावं लागे. हाही एक नवा अनुभव होता.

दिवस वेगाने बदलत गेले तसा राजकारणाचा पोतही खालावत जात धंद्याच्या पातळीवर आला. 'मनपा'ची तिजोरी रिती राहायला लागली. या नव्या पर्यावरणाशी जुळवून घेत पुढे जाणे शक्य होते; पण कामातला आनंद हरवला. बिलं खोळंबू लागली तसा सावध होत मी 'मनपा'ला रीतसर रामराम ठोकला. तेव्हापासून दशकभर मी खाजगीच कामे करतोय. त्यातही कोणा बिल्डरसाठी अपार्टमेंट बांधून देण्यापासून, नवे बंगले, घर ते दुरुस्ती, नुतनीकरणापर्यंत सगळ्या प्रकारची छोटीमोठी कामे. इतक्या वर्षात अगदी लहान कामातही मला कधी कमीपणा वाटलेला नाही. बांधकाम केलेल्या बहुतेकांशी नंतरही जिव्हाळ्याचे संबंध राहीले. अपवाद वगळता कटुता वाट्याला आली नाही, हे मला आर्थिक परताव्यापेक्षा मोठे देणे वाटते.

आज तीन दशकानंतर मागे वळून पाहताना वाटते, पहिल्या पिढीचा हे ठीकच; पण मला यशस्वी व्यावसायिक म्हणता येईल का? मी साशंक आहे. रूढार्थाने यशस्वी बांधकाम व्यावसायिक म्हटलं की आपल्या डोळ्यासमोर जे चित्र उभे राहते ते माझ्याशी जुळत नाही, कुठल्याच अर्थाने. मी व्यवसाय इमानइतबारे केला. मला अपेक्षित असलेली जीवनशैली त्यातूनच सहज शक्य झाली. तिला पुरेल इतका पैसा आणि काम करण्यातले समाधान दोन्ही मिळवले.

वडिलांना जे भय वाटत असावे; तसे कर्ज इतक्या वर्षात खासगी वा बँक, असे कुठुनच घ्यावे लागले नाही. पैसे देण्या-घेण्यावरून टोकाचे मतभेद वा भांडणे झाली नाहीत. (शासकीय मक्तेदारीत 'देणे' आणि खाजगी मक्तेदारीत 'घेणे' यावरून

होणारे तंटे आजूबाजूला रोज पाहत होतो.) पण व्यवसाय म्हटलं की ज्या गतीने वाढ अपेक्षित असते, तसे म्हटले तर जाणीवपूर्वक झाले नाही. कारण बांधकाम हीच माझी उपजीविका आहे, याची कृतज्ञ जाणीव मला सुरुवातीपासून होतीच. तरी त्यातला 'उप' हा प्रत्यय मी विसरलो नाही. वाचन आणि साहित्य सांस्कृतिक क्षेत्रातील जमेल तितकी मुशाफिरीही या काळात मी केली. पूर्ण वेळ फक्त व्यवसायाचा; तो वाढविण्याचा विचार करणे मनाला भावणारे नव्हते. अर्थात, दोन्ही वाटांवरून मी यथाशक्ती चाललो. यशस्वी होण्यास हे समाधान जमेला धरता येत असेल, तर मी नक्कीच 'यशस्वी व्यावसायिक' आहे.

उद्योजक : श्री. नितीन वैद्य, सोलापूर

मोबा.: ९४०५२६९७१८

संपर्क : धनंजय अवसरीकर

‘निमीतल’

उद्योजक : सौ. पूजा आपटे बदामीकर

• टायर पादत्राणे निर्मिती •

‘वारी’चे हे दिवस. ‘कोरोना १९’मुळे वारीला खंड पडला. त्यामुळे अनेक व्यवसायपण ठप्प झाले. दोन वर्ष झाली, वारी नाही. आळंदी ते पुणे व पुणे ते सासवड असे चालणारेपण अनेकजण आहेत. वारीबरोबर चालणे ही एक सुखद व पवित्र अशी बाब आहे. वारीत चालणाऱ्यांच्या कपाळी बुका, गंध व पायात जाड्या, भरड्या चपला असतात, याची माहिती आहे. बरेच वारकरी त्यांच्या चपलांना खालच्या बाजूने स्कूटरच्या टायर मापात कापून चिकटवतात, किंवा ५–६ वर्षापूर्वी दोन ठिकाणी बांधून घ्यायचे. एका दादांना कारण विचारले तर ते म्हणाले की, ‘टायर लावल्यामुळे चप्पल झिजत नाही आणि पायपण कमी दुखतात.’ दोन सोल लावल्यामुळे पाय कमी दुखतात. खेड्यात शेतमजूर टायरच्या चपला वापरतात. स्वस्त, टिकाऊ धुता येणाऱ्या म्हणून. वाहनांचे न वापरता येणारे टायर्स भिन्न आकाराचे व प्रकारचे असतात. त्यांचा नंतर उपयोग होत नाही. जाळता येत नाही, कुजुन खत होत नाही, मग त्यांचे काय करायचे?

याला चोख उत्तर ‘निमीतल’ ने दिले आहे. निमीतलच्या सौ. पुजा बदामीकर, पुणे यांची मुलाखत झाली. त्यांनी ऑडिओ क्लिप पाठवल्या आहेत. पुजा माहेरच्या आपटे आहेत. जनता बँकेतील श्री. श्रीराम आपटे यांची त्या कन्या आहेत.

अहिल्यादेवी कन्या शाळेतून १० वी ला ९५ टक्के गुण मिळवून ११ वी व १२ वी सायन्स एस. पी. कॉलेज व बी. ई. नवले इंजिनिअरिंगमधून २०१४ मध्ये विशेष प्राविण्य मिळवून त्या "Electronics & Talecommunication" या शाखेत उत्तीर्ण झाल्या. त्यांनी चार वर्षे नोकरी केली. M. E.साठी त्यांनी Renewablet Energy मध्ये काम केले व त्यांनी दिल्लीच्या टेरी विद्यापीठातून M. E. पूर्ण केले.

चप्पल व्यवसायातच का? अशी त्यांना विचारणा खूप झाली; पण त्याकडे त्यांनी एक व्यवसाय म्हणून बघितले. यामध्ये कारागिरांचे कौशल्य व माइंड सेट महत्त्वाचा ठरला. अर्थात, व्यवसायाची प्रेरणा देणारी एकच व्यक्ती नव्हती. परंतु मुख्य प्रेरणा पूजाचे बाबा श्री. आपटे व पती श्री. आलोक यांनी दिली. दोघेही भक्कमपणे त्यांच्या पाठीशी उभे राहिले व त्यांचा व्यवसाय सुरू झाला.

पूजा बदामीकरांनी ९वीत असताना ओझोन प्रोजेक्ट केला होता. तेव्हापासून त्यांच्या मनात काही विचार घोळत होते. प्लास्टिक कचऱ्याची विल्हेवाट हा जितका गंभीर विषय आहे तेवढाच टायरची विल्हेवाट हा देखील गंभीर विषय आहे, हे त्यांच्या मनात खोलवर ठसले होते. M.E.च्या शेवटच्या सत्रामध्ये त्यांनी याविषयी खूप ज्ञानभांडार जमा केले. इंटरनेट, प्रोफेसरांसोबत गाटीभेटी, चर्चा, संभाषणे, प्रदर्शने इत्यादींद्वारे २०१८ मध्येच त्यांनी या "Start up Yatra" स्पर्धेत भाग घेतला व त्यात दुसरे बक्षीस मिळविले. त्यामध्ये त्यांनी टायरपासून बनवलेली चप्पल ठेवली होती. यातून त्यांचा आत्मविश्वास वाढला. त्यांच्या पहिल्या दोन प्रोडक्शनची निर्मिती २०१९ मध्ये होऊन त्यांची विक्री झाली. त्यावेळी जशी ऑर्डर येईल तसा माल बनवून दिला जायचा.

चप्पल बनविणे हे एक आव्हानात्मक काम असते. पाऊलांना बरोबर होणारी, न टोचणारी, मऊ, टिकाऊ, छान दिसणारी, वाजवी किंमत थोडक्यात ती 'हटके' असावी लागते. त्यामुळे हा एक आव्हानात्मक आणि साधारणतः पुरुषी वर्चस्व असलेला व्यवसाय होता. पुजा यांनी खूप कमी वयात व्यवसाय सुरू केला. त्यामुळे त्यांना त्याचे फायदे तोटे दोन्ही मिळाले. म्हणजे प्रोडक्शन सायकल, इतर व्यवहार, कारागीर, बँकिंग, ग्राहक सर्वच वयाने मोठे. समोर वयाने मोठे लोक असले की भान ठेवूनच बोलावे लागते. विचारावे लागते, पण अडचण आली तर तीही सुटते. व अडचण सुटल्यावर प्रेरणा मिळते. त्यांचे सर्व कारागीर अनुभवीच आहेत. एका कारागीरावर त्यांचा व्यवसाय सुरू झाला. डिझायनर स्वतः पुजाताईच होत्या. व्यवसायासाठी नाव काय असावे? व थोडे वेगळे व अर्थपूर्ण नाव असावे, ते संस्कृत भाषेच्या जवळ असावे, असे त्यांना वाटले. 'निमी' म्हणजे टायर व तल = तळ (सोल) म्हणून 'निमीतल' हे नाव (Brand Name) नक्की झाले. 'निमीतल' मध्ये सध्या एकूण ६ कारागीर आहेत. नुकतीच त्यांनी मुंबईमध्ये खारघर येथे छोटी जागा घेतली आहे. तेथे ३/४ कारागीर असतात. एक कारागीर पुण्याला आहे. एकंदर त्या स्वतः, एक डिझाइनर, एक सोशल मिडीया मॅनेजर एक स्टोअर व इनव्हेनटरीसाठी एक टेलर, अशी त्यांची १०-११ जणांची टीम आहे.

उत्तम चप्पल कोणती, जी पायातून काढावीशी वाटत नाही. चप्पल नेहमी पायाला आरामदायी वाटली पाहिजे व ती टिकावू असली पाहिजे. किंमतसुद्धा वाजवी असावी. 'निमीतल'च्या चपलांची किंमत रु. ६०० ते १०००/- एवढीच असून त्यांना कुशनींग असते.

ग्राहकाचे संपूर्ण समाधान हेच 'निमीतल'चे ध्येय आहे. आतापर्यंत १५०० जोड चपलांची विक्री झाली. प्रथम फक्त महाराष्ट्रातच होणारी ही विक्री नंतर भारतातील काश्मीर, मध्यप्रदेश, गुजरात, आसाम, केरळ, बिहार सर्व राज्यांमध्ये होऊ लागली आहे. जेव्हापासून वेबसाईट तयार झाली व सोशल मिडिया मॅनेजरची नियुक्ती झाली. इन्स्टाग्राम तसेच सेलेब्रिटी अक्षया, देवधर, गौतमी, देशपांडे, ज्ञानदा कदमबरोबर जाहीराती झळकल्या आणि इतर प्रांतातही 'निमीतल' पोचले. प्रत्येक टप्प्यावर सुधारणा होत गेली. आज घटकेला 'निमीतल' नेहमीच्या चप्पल सॅडल, राजस्थानी बुट, मोजडी, हाय हिल्स, चप्पल ग्राहकाने ऑर्डर केल्यानुसार पुरुष व महिलांसाठी सर्व प्रकारची पादत्राणे तयार करत आहे.

वस्तू, दर्जा आणि लुकमध्ये सुधारणा पद्धतीनेच Trial & Error होते. मात्र पुजाताईंना या व्यवसायात स्त्री व पुरुष यामुळे पडणारा फ रक जाणवला नाही असं त्यांनी ठामपणे सांगितले. त्यांच्या मते, व्यवसायात पुढे जाण्यासाठी कष्ट, सचोटी, धाडस व धोका पत्करणे जास्त जरुरी आहे. जर जिद्द व घरून पाठिंबा असेल तर व्यवसायात यश मिळतेच. परंतु तुमचा विकावयाचा माल 'हटके' हवा त्याचा 'ब्रँड' नवीन हवा.

सध्या प्रदूषणाबाबत 'घंटी जोरात वाजलेली आहे'. प्रदूषण होवू नये म्हणून आपण जागृत राहून अशा गोष्टी केल्या पाहिजेत व स्वतःला साभांळले पाहिजे. आपली जीवनशैली बदलली पाहिजे, असे पुजा बदामीकर यांनी पुन्हा पुन्हा सांगितलं आहे. तसा भारत सध्या "Start up Hub" ही आहेच.

उद्योजक : पूजा आपटे बदामीकर
मोबा. : ९८८१०९०४४८

वाटचाल व्यवसायाकडे

उद्योजक : श्री. प्रकाश भट
• अभियांत्रिकी वस्तू वितरण •

माणसाच्या आयुष्याची गोडी केव्हा कोणते वळण घेईल याची खरोखरच कधीकधी आपण कल्पनाही करू शकत नाही. माझ्या कुटुंबात कधीही कोणीही उद्योजक होण्याचे स्वप्न बघितलेले मला आठवत नाही. सर्वसाधारण महाराष्ट्रीयन कुटुंबांमध्ये शिक्षण घेऊन नोकरी करणे व त्यातच आपली प्रगती करणे हेच बहुतांशी आढळून येते. आमच्याही परिवारात हाच अलिखित शिरस्ता होता. मी प्रकाश भट. माझा जन्म व संपूर्ण शिक्षण हे जबलपूरमध्ये (मध्य प्रदेश) झाले. भूगर्भशास्त्र आणि रसायनशास्त्र या दोन विषयांमध्ये मी स्नातकोत्तर पदवी मिळवली. त्यानंतर कानपूर येथे दोन मोठ्या उद्योजकांनी मिळून फार यशस्वी रीतीने चालवत असलेल्या कंपनीत मी नोकरी सुरू केली. तेथे १८ वर्षे नोकरी करताना जनरल मॅनेजरच्या पदावर पोहोचलो. पण या सर्व अवधीत त्या उद्योजकांच्या सानिध्यात असताना माझ्याही मनात स्वतः उद्योजक होण्याचा अंकूर फु टत गेला व नकळतच त्यांच्याच प्रेरणेने माझ्या मनात त्याची वाढ होता होता मनात त्याचा ध्यासच लागला की आता आपण उद्योजकक्षेत्रातच स्वतःचे असे काहीतरी सुरू केले पाहिजे.

म्हणतात ना इच्छा तेथे मार्ग, तसे माझे विचारही त्या दिशेने भरारी मारू लागले व मनातल्या मनात पुढचा आराखडा तयार होण्यास सुरुवात झाली. विचार केला की यासाठी या प्रांतापेक्षा आपला महाराष्ट्र आपल्यासाठी अधिक योग्य राहील; पण पहिला प्रश्न म्हणजे निवारा शोधण्याचा. त्यासाठी तारापूर MIDC मध्ये मॅनेजरची नोकरी मिळवली जेणेकरून त्यांनी दिलेल्या जागेमुळे राहण्याची व्यवस्था झाली. तारापूर बोईसर हे क्षेत्र निवडण्याचे मुख्य कारण म्हणजे येथे खूप उद्योग, कारखाने हे औद्योगिक क्षेत्रच असल्याने तो भाग मला जास्त उपयोगी वाटला.

कानपूर येथील नोकरीतील अनुभव व तिथेच असताना मी मोदी ग्रुपमधून केलेला MBA चा कोर्स व त्यानंतर अगदी ताजा; तारापूरचा व्यवस्थापनाचा अनुभव, या शिदोरीवर दोन वर्षाच्या नोकरीनंतर या क्षेत्रात उडी घ्यायचे मी पक्के ठरवले. हातात भांडवल फारसे नव्हते. त्यामुळे मग थोडे कर्ज घेऊन रसायने Bulk मध्ये विक्री करण्याचा व्यवसाय सुरू केला. सुरुवातीला या लहान व्यवसायात येण्याचा उद्देश म्हणजे पुढे येणाऱ्या अडचणी व त्यांना सामोरे जाण्याचे मार्ग यांची ओळख व्हावी. बँकेचे व्यवहार, अकाऊंटसंबंधी माहिती, संस्था विक्रीकर, एक्साईज वगैरेबद्दल माहिती घेणे हे सर्व मी त्या देन वर्षांच्या नोकरीत असतानाच शिकलो.

इतकी तयारी झाली व आता नोकरी सोडायचे हे तर ठरवले. पण पुन्हा राहण्याच्या व्यवस्थेचा प्रश्न होता आणि ती सोय आधी करायला हवी. मुली मोठ्या होत होत्या. त्यांच्या शिक्षणाच्या दृष्टीनेही बघणे गरजेचे होते. त्यासाठी विरार येथे जी माझ्यासाठी सोयीची मध्यवर्ती जागा होती, तेथे मी फ्लॅट घेतला. त्यामुळे मला एका दिशेला बोईसरला जाणे व मुलींना दुसऱ्या दिशेला चर्चगेटपर्यंत कुठेही जाणे सोपे होणार होते.

अशा प्रकारे माझे स्वप्न अस्तित्वात येण्यास सुरूवात झाली व माझा व्यवसाय सुरू झाला. त्यानंतर काही काळाने माझ्यासारखे स्वप्न असलेला एक तरुण मित्र मला भेटला व त्यांनी माझ्याबरोबर सहभागी होण्याची इच्छा प्रदर्शित केली. ते माझे मित्र इलेक्ट्रिकल इंजिनिअर होते. त्यांच्यामुळे मी माझे दोन्ही विषय बाजूला सारून इलेक्ट्रीकल या व्यवसायाच्या दिशेने वळलो.

आम्ही दोघानी मिळून आणखी नवीन उपक्रम हातात घेतला. एल. ॲण्ड. टी. यांच्याकडे आम्ही त्यांचे अधिकृत विक्रेता व अधिकृत सेवाकेंद्र आम्हाला देण्याबाबत अर्ज केला. तेथील उच्चपदस्थ व्यक्तींनीं आम्हाला खूप मदत केली. आमची मराठी माणसची ही धडपड व तळमळ पाहून त्यांनीपण खूप सहकार्य केलं. कारण या क्षेत्रात बहुतांशी म्हणजे ९५ टक्के गुजराती व मारवाडी लोक आहेत. आम्ही आमचे कार्यक्षेत्र म्हणून बोईसर हाच भाग निवडला. कारण त्यावेळी त्या भागात कोणीच एल.ॲण्ड.टी.चा विक्रेता नव्हता व त्यांचे अधिकृत सेवाकेंद्रही नव्हते आणि त्यांचे तिथेच बरेच उद्योगधंदे असल्याने त्याची गरज त्या भागाला जास्त होती.

आमच्या या सर्व प्रयत्नांना आम्हाला १९८९ मध्ये यश आले व आम्हाला Larsan and Turbo या कंपनीने अधिकृत विक्रेता व अधिकृत सेवा केंद्रही दोन्ही मिळाले. त्यानंतर आम्ही बोईसर येथे व्यवसायासाठी जागा घेतली आणि शोरूम व कार्यालय सुरू केले. आमचे भांडवल म्हणजे 'एल. ॲण्ड. टी.'चे नाव, त्यांचा

भक्कम पाठिंबा व सचोटिने व्यवसाय करण्याची तळमळ आणि आमचे भरघोस प्रयत्न.

या २० वर्षांच्या व्यवसायाच्या काळात आम्ही बरेच उतार चढाव अनुभवले. परंतु आमच्यातील भक्कम साथीने, दृढ इच्छेने व अर्थातच परमेश्वर कृपेने व्यवसायाने साडे पाच कोटीपर्यंत मजल गाठली. तसे मोठ्या उद्योगांच्या तुलनेत हे यश फारच छोटेसे होते. पण मला मात्र बऱ्याच उशीरा या क्षेत्रात प्रवेश केल्यानंतर एवढे यशही समाधान देणारे होते. एक महत्त्वाची गोष्ट म्हणजे या वाटचालीत व अनेक वेळा आलेल्या धकाधकीच्या काळात माझ्या पत्नींची व माझ्या मुलींचा सहयोग व साथ संपूर्ण वेळोवेळी मिळालेले प्रोत्साहन, विसरणे शक्यच नाही. व्यवसाय म्हटल की त्यात यश व अपयश दोन्हींची जबाबदारी स्वतःवरच असते. नोकरी प्रमाणे मालकावर टाकून मोकळे होता येत नाही. परंतु घरच्यांच्या सहयोगाने त्यातूनही आम्ही पार पडलो.

मला माझे स्वप्न पूर्ण झाल्याचे समाधान व आनंद मनापासून मिळाला व त्यानंतर वयाच्या ७०व्या वर्षी आपल्या आश्रमधर्माप्रमाणे मी यातून निवृत्त होण्याचा निर्णय घेतला. २०१० मध्ये मी माझ्यापेक्षा तरुण असलेल्या भागीदारावर सर्व सोपवून मोकळा झालो. कारण कार्यभार पुढच्या पिढीवर सोपवणे हीपण एक सामाजिक व्यवस्था व गरज असतेच.

त्याकाळी हे एक समाधान मोठे होते की, आपल्याबरोबरच ४-५ कुटुंबांची घरे चालवणे आपल्याला शक्य झाले. कारण इंजिनिअर कामगार हे सर्व अगदी आमच्या परिवाराप्रमाणेच झाले होते. त्यांची सुःखदुःख ही आमचीच झाली होती. हे सर्व ईश्वराने आपल्याकडून करवून घेतले ही त्याचीच मोठी कृपा व आशीर्वाद आहे, असे मी समजतो.

उद्योजक : प्रकाश भट

मोबा. : ९८६०६५३८००

यशस्वी उपाहारगृह - 'फ्लोअर वर्क्स'

उद्योजक : मीता माखेचा
• उपाहारगृह •

जगभरातील इतर व्यवसायांप्रमाणेच 'मीता माखेचा'च्या व्यवसायाच्या सध्याच्या दुर्दशेला 'कोविड-१९' देखील कारणीभूत आहे. पण जसं वातावरण हळूहळू सामान्य व्हायला लागलं तसं तिचा व्यवसायसुद्धा टाळेबंदीच्या अगोदरच्या पातळीवर येऊ पहातो आहे. परंतु मीताच्या व्यवसायाचे अर्थकारण आणि एकंदरीतच व्यावसायिक समतोल, यावर कोविड-१९ चा जोरदार परिणाम झाला आहे. व्यावसायिक अर्थकारण आणि समतोल साधण्यात मीताला आणखी काही वेळ नक्कीच लागेल. पण तुम्ही मीताला व्यक्तिशः भेटलात तर तुम्हाला तिच्या चेहऱ्यावर जरासुद्धा त्रास किंवा ताणतणाव दिसणार नाही.

या उलट आनंदी स्वभाव, दृढ संकल्प आणि 'मी करू शकते' ही वृत्ती, तुम्हाला पुण्यात लोकप्रिय व्यक्तिमत्व असलेल्या मीता माखेचामध्ये दिसेल. पूर्व पुण्यातील कल्याणीनगर या भागात तिचे वैशिष्ट्यपूर्ण उपहारगृह 'दि फ्लोअर वर्क्स' तिच्या स्वतःच्या गुणवत्तेवर सुप्रसिद्ध झाले आहे.

पुण्यात जन्मलेल्या आणि वाढलेल्या मीताने पुणे विद्यापीठाच्या वाडिया महाविद्यालयामधून अर्थशास्त्र हा विषय घेऊन बी.ए.ची पदवी संपादन केली. त्यानंतर तिने अमेरिकेतील सानफ्रान्सिस्को येथील कॅलिफोर्निया 'स्वयंपाक शिक्षण अकादमी'मध्ये अठरा महिन्यांचा 'शेफप्रशिक्षण' अभ्यासक्रम पूर्ण केला. तिला पदविका मिळाल्यानंतर तिने अमेरिकेमध्ये आणखी सहा वर्षे नामांकित संस्थांमध्ये भोजन तयार करायचा अनुभव घेतला. मीताचे हे अनुभवग्रहण चालू असतानाच एकीकडे ती सानफ्रान्सिस्कोच्या मायकेल रेक्युटी या गुरुंकडून उत्तम चॉकलेट करण्याची कलापण शिकली.

सानफ्रान्सिस्को येथून भारतात म्हणजेच तिच्या स्वतःच्या गावी पुण्यात

परतल्यावर शेफ मीताने पुण्यातील नामांकित उपहारगृहांच्या बरोबर सल्लामसलत केली; पण तिची उद्योजक वृत्ती तिला स्वस्थ बसू देईना. २०११ च्या सुरूवातीला तिने तिची कौशल्ये वापरली जाऊ शकतील असे स्वतःचे एक वैशिष्ट्यपूर्ण व खास उपहारगृह उघडण्याच्या दृष्टीने पावले उचलली. तिने आजूबाजूला शोध घेऊन कल्याणीनगरमधील एक उत्तम ठिकाण तिच्या स्वप्नातील 'फ्लोअर वर्क्स' उपहारगृहासाठी निवडले आणि जानेवारी २०१२ पासून चालूही केले. तिने कोरेगाव पार्क ऐवजी कल्याणीनगर निवडले; कारण कल्याणीनगरमध्ये इतर उपहारगृहांची स्पर्धा कमी होती. शिवाय तिने विचार केल्याप्रमाणे एखादे वैशिष्ट्यपूर्ण व खास असे रेस्टॉरंट पण तिथे नव्हते.

आता तिच्यापुढे या उद्योगासाठी भांडवलाची व्यवस्था करणे हे सर्वात मोठे आव्हान होते. पण तिने त्यावर कुटुंब आणि मित्रांकडून भांडवल घेऊन या आव्हानावर मात केली. पुन्हा कुटुंबाकडूनच वैयक्तिक हमी घेऊन खेळत्या भांडवलाच्या गरजेसाठी, तसेच मालमत्ता खरेदीसाठी बँकेकडून निधीचीही व्यवस्था केली.

आता तिच्यापुढे कर्मचाऱ्यांची भरती आणि प्रशिक्षण हे पुढचे आव्हान होते. या व्यवसायातील कर्मचाऱ्यांच्या धरसोडीचा दर लक्षात घेता हे आव्हान छोटे नव्हते. प्रशिक्षित कर्मचाऱ्यांच्या अभावी कुठलाही ग्राहक परत जाता कामा नये, याची काळजी घेणे आवश्यकच होते. अर्थात, याच्यासाठी पुरेसे प्रयत्न करून मीताने त्यावरही मात केली.

रेस्टॉरंटसाठी चांगल्या प्रतीच्या कच्च्या मालाची वेळेत पोहोच करणारे पुरवठादार शोधण्यामध्ये मीताचा फार वेळ गेला. यासाठी तिला बरेच प्रयत्न आणि वेळ खर्च करायला लागला. ती ज्या प्रकारची सेवा अपेक्षित करत होती, तशा चांगल्या प्रतीच्या कच्च्या मालाचे विश्वसनीय पुरवठादार मिळवण्यासाठी त्यांना तयार करण्यासाठी तिने बराच वेळ आणि मेहनत घेतली. तिने आपल्या 'फ्लोअर वर्क्स रेस्टॉरंट'ला एक लोकप्रिय ठिकाण बनविण्यासाठी तसेच ग्राहकांना तिथे विश्रांती घेता यावी, असे आरामदायक वातावरण बाहेरील खुल्या अंगणातील एका मोठ्या झाडाखाली आणि आतल्या वातानुकूलित खोलीत तयार केले.

हे मीताचे यश, खर म्हणजेच कर्मचाऱ्यांच्या व्यवस्थापनात दडलेले आहे. कर्मचाऱ्यांच्या धरसोडीचा त्रास तिला सहन करावा लागला आहे. परंतु आता कर्मचाऱ्यांनादेखील समजले आहे की, इतर रेस्टॉरंटमध्ये काम करण्यापेक्षा फ्लोअर वर्क्समध्येच काम करणे केव्हाही चांगले आहे. आणि असे कर्मचारी इतरत्र काम केल्यानंतर तिच्याकडे परतही आले आहेत. तिच्या सध्याच्या कर्मचाऱ्यांपैकी निम्मे

कर्मचारी अगदी पहिल्या दिवसापासून आहेत, तर बाकीचे कर्मचारी गेली चार ते पाच वर्षे तिच्याकडे आहेत.

फ्लोअर वर्क्सबद्दल समाज माध्यमातील अहवाल, सांगोवांगी प्रचार आणि वृत्तपत्रातील बातम्यांमुळे तिला ग्राहकांना आकर्षित करण्यास मदत झाली. त्यांच्या या मदतीमुळेच तिला फारशा जाहिराती कराव्या लागल्या नाहीत. तिची जागा ही पुरेशी पार्किंगची जागा व कोपऱ्यावरील मोक्याच्या ठिकाणी असल्याचाही या उपहारगृहाचे स्थान लोकांच्या लक्षात येण्यात आणि शोधण्यासाठी फायदा होतो. एकदा आलेले ग्राहक मग आपोआपच नियमित यायला लागतात. कल्याणीनगर येथील प्रमुख रेस्टॉरंटमध्ये स्थिरस्थावर झाल्यावर मीताने तिचे 'फ्लोअर वर्क्स' हे नामचिन्ह अन्य दोन इकाणी सशुल्क वापरण्यास परवानगी देऊन व्यवसायाचा विस्तार केला. हे या लेखाच्या शेवटी दिलेल्या संकेतस्थळावरून तुम्हाला दिसेल. पहिले एक नामचिन्हांकित उपहारगृह जून २०१८ बाणेरमध्ये आणि दुसरे डिसेंबर २०१८ मध्ये कोंढवा येथे कार्यरत झाले आहे.

तिच्या या यशानंतर विश्रांती घेण्याऐवजी मीताने आता किरकोळ विक्री कशी वाढवता येईल आणि आपला सशुल्क नामचिन्ह वापरायला द्यायचा व्यवसाय कसा वेगाने वाढवता येईल याकडे लक्ष केंद्रित केलेले आहे. या प्रयत्नांमध्ये ती यशस्वी होईल याची सदर लेखकाला अजिबात शंका वाटत नाही.

उद्योजक : मीता माखेचा

शब्दांकन : श्री. रमणाराज गोपाल

अनुवाद : श्री. जयंत पानसे

मोबा. : ९८६०६५३८००

'कोठेही नाही ते कुठेतरी'

(पहिल्या पिढीतील उद्योजक म्हणून करिअर प्रवास)

उद्योजक : डॉ. महेंद्र रामदासी

• संगणक प्रणाली •

सर्वांना नमस्कार,

माझे नाव महेंद्र. मी पहिल्या पिढीचा उद्योजक आहे. म्हणजे याआधी आमच्या घरात कोणीही व्यवसाय असा केलेला नव्हता. व्यवसाय करणारा मीच पहिला. जगभरातील विविध संस्थांसाठी स्वतंत्रपणे 'अजाईल आणि देवऑप्स' (Agile and Devops) या संगणक प्रणालीमध्ये सल्लागार म्हणून काम करतो. मी काही वर्षांपूर्वी म्हणजे २०१९ मध्ये हा व्यवसाय सुरू केला आणि 'अजाईल आणि देवऑप्स' या संगणक प्रणालीमध्ये मी देशांतर्गत आणि जागतिक पातळीवर माझा एक ठसा उमटविण्याचा प्रयत्न करत आहे. दोन वर्षाच्या कार्यकाळात, मी चार आंतरराष्ट्रीय ग्राहकांना सेवा देऊ शकलो आणि पाचवा ग्राहक प्रगतिपथावपर आहे. माझ्याकडे या विषयातील तीन व्यवसायिक तज्ञांचा एक गट आहे ते 'अजाईल आणि देवऑप्स' या संगणक प्रणालीमध्ये तीन ग्राहकांना सेवा देत आहेत. सध्या तरी आमच्यापुढे २०२१च्या अखेरीस आठ व्यवसायिक तज्ञांचा आणि २०२२च्या अखेरीपर्यंत पंधरा व्यवसायिक तज्ञांचा गट तयार करण्याचे लक्ष आहे. तसे यासंबंधीचे आमचे नियोजनही तयार आहे. (कोविड-१९ परिस्थितीमुळे हे लक्ष साध्य करण्याठी आणि त्याद्वारे प्रगती करण्यासाठी थोडा संघर्ष करावा लागणारच आहे. पण त्यासाठी आमचा एक दिशादर्शक नकाशा तयार आहे. आता, आम्ही हळूहळू यातून बाहेर पडत आहोत आणि लक्ष साध्य करण्याच्या मार्गावर राहण्यासाठी पुढील तिमाहीत चांगले सौदे मिळण्याची आशा करत आहोत.)

आता हे लिहिण्यामागील एकमेव कारण म्हणजे माझे व्यावसायिक प्रवासवर्णन जे 'कोठेही नाही' या शब्दाने सुरू होते व आता ते 'कुठेतरी आहे', इथपर्यंत कसे

पोहचले आहे ते कथन करणे, आणि वाचकांना स्वयंप्रेरित होण्यासाठी आणि त्यांच्या स्वतःच्या इच्छेनुसार स्वयं रोजगार चालू करण्यासाठी मदत आणि मार्गदर्शन करणे, असे आहे.

माझी संक्षिप्त पार्श्वभूमी : मी ज्या पार्श्वभूमीतून आलो आहे तेथे मी म्हटलं तर 'कोठेही नव्हतो'. माझे शालेय शिक्षण सोलापूर जिल्ह्यातील दोन गावांमध्ये मातृभाषेत म्हणजेच मराठीमध्ये फार शैक्षणिक हुशारी न दाखवता झाले! कौटुंबिक आर्थिक परिस्थिती फारशी चांगली नव्हती, तरी थोडी तडजोड करून पदवी पूर्ण करण्यासाठी मी पुण्यात आलो. मी माझ्या खर्चाचा ताळमेळ जमविण्यासाठी शाळकरी मुलांसाठी शिकवणी घेऊन कमाईदेखील सुरू केली. पदवीनंतर मी संगणक व्यवस्थापनात पदवीत्तोर शिक्षण सुरू ठेवले आणि पुणे विद्यापिठातून पदवीत्तोतर शिक्षण पूर्ण केले. ते शिकतानाच मला कम्प्युटर प्रोग्रॅमरची नोकरी मिळाली आणि शिवाय कॉम्प्युटरचे विषयपण मी एकीकडे शिकवू लागलो. पदवीनंतर, मी एका शैक्षणिक संस्थेमध्ये पूर्णवेळ व्याख्याता आणि माहिति तंत्रज्ञान (आय. टी.) विभागाचा प्रमुखही झालो. या दरम्यान, मी आयटी व्यवस्थापनासह माझे व्यवस्थापन शास्त्राचे शिक्षण चालू ठेवले व विशेष विषयात दुसरी पदव्युत्तर पदवीदेखील मिळवली. एक प्राध्यापक म्हणून काम करताना, मी माहिति तंत्रज्ञान अद्ययावत ठेवण्यासाठी खाजगी संस्थांना, सॉफ्टवेअर अभियांत्रिकी, प्रकल्प व्यवस्थापन, डेटा बेस, सॉफ्टवेअर परीक्षण आणि नियंत्रण इत्यादी विनामूल्य देत असे. याचा फायदा मला एखादा विषय तपशिलात शिकवण्यासाठी झाला. सन २००२ मध्ये, मी डॉ. सुभाष भावे (आय. आय. एम., अहमदाबादचे माजी विद्यार्थी, प्रसिद्ध पुणे विद्यापीठातील व्यवस्थापन अभ्यासासाठी संशोधन मार्गदर्शक) यांच्या मार्गदर्शनाखाली बँकिंग उद्योगातील माहिति तंत्रज्ञानातील (आय. टी.) व्यवस्थापन पद्धती आणि नियंत्रणावरील केंद्रित अभ्यास, याविषयी पुणे विद्यापीठात माझी विद्यावाचस्पती (पी. एच. डी.) या सर्वोच्य पदवीसाठी नोंदणी केली. २००९ मध्ये माझी विद्यावाचस्पती पदवी पूर्ण झाली. शिवाय, दहा वर्षे माझा पूर्णवेळ शैक्षणिक व विनामूल्य कार्पोरेट सल्ला चालू होताच. त्यानंतर माझी आय. बी. एम. मेनफ्रेम्स संगणकावर पूर्ण वेळ सल्लागार म्हणून नेमणूकीची मला संधी मिळाली आणि माझा बहुराष्ट्रीय कंपन्यांचा प्रवास सुरू झाला.

नंतर कॉग्निझंट (भारत आणि उत्तर अमेरिका), कॅपजेमिनी (भारत आणि विलायत), सिंटेल (भारत आणि युरोप) आणि पुन्हा आयबीएम (भारत, ऑस्ट्रेलिया आणि सिंगापूर) आणि १५ वर्षांच्या माहिति तंत्रज्ञानातील बहुराष्ट्रीय संस्थांतील अनुभवांसह विशेषतः 'अजाईल आणि देवऑप्स' मधील कुशलतेच्या अनुभवावर, मी

द नेदरलँड्स आणि जर्मनीमधील या क्षेत्रातील अत्यंत प्रतिष्ठित सल्लागार संस्थेबरोबर आर्थिक आणि धोरण सहाय्यअंतर्गत माझी स्वतःची मर्यादित भागिदारी सल्लागार संस्था सुरू केली आहे. अशा रितीने 'कोठेही नाही' असा सुरू झालेला प्रवास आता कुठेतरी पोहचला आहे इथपर्यंत झाला आहे.

व्यवसायाचे स्वरूप : माझ्या व्यवसायिक सल्लागाराच्या भूमिकेत प्रामुख्याने खालील तीन क्षेत्रांविषयी सल्ला देणाऱ्या ग्राहकांचा समावेश आहे. (खालील वर्णन तांत्रिक स्वरूपाचे असल्याने समजून घ्यायला कदाचित अवघड जाईल. ज्या वाचकांना याबद्दल अधिक जाणून घ्यावयाची उत्सुकता आहे त्यांनी मला संपर्क साधावा.)

- 'अजाईल आणि देवऑप्स' या संगणक प्रणालीमध्ये काम करणारा गट, प्रोग्रॅम, पोर्टफोलिओ आणि एंटरप्राईझ स्तरावर देवऑप्स परिवर्तन सल्ला.
- वेगवेगळ्या 'अजाईल आणि देवऑप्स' या संगणक प्रणालीमध्ये गट आणि गटनेत्यांना प्रमाणित करणारी 'अजाईल आणि देवऑप्स' या संगणक प्रणालीमध्ये प्रशिक्षण.
- खुल्या 'अजाईल आणि देवऑप्स' या संगणक प्रणालीमध्ये परिषदा, संबंधित मंचामध्ये सुविधा देणे आणि अंकिय परिवर्तनामध्ये योगदानाकरिता विचार गटनेता म्हणून काम करणे.

उद्योजकता सुरू करण्यासाठी प्रेरणा देणारे घटक : माझा स्वतःचा व्यवसाय सुरू करण्याबद्दल मला विचार करायला लावणारे घटक कुठले आहेत? मला वैयक्तिक रित्या असे वाटते की, खालील प्रमुख घटकांनी मला व्यवसाय सुरू करण्यासठी प्रवृत्त केले आहे.

- उद्योजक होण्यासाठी उत्कठतेने सतत तसे स्वप्न बघितले पाहिजे की, आपोआपच उद्योजक बनण्याची एक मोठी मानसिकता तयार होते. - खरंतर, जेव्हा मी माझ्या पदत्युत्तर पदव्या आणि खाजगी संस्थांना सल्ला देणे पूर्ण केल्यानंतर मला माझी क्षमता ओळखता आली, तेव्हा मी हे स्वप्न बघू लागलो. एक वैशिष्ट्यपूर्ण कौशल्य आत्मसात केल्यावर मी आंतरराष्ट्रीय ग्राहकांकडे पूर्ण अनुभव मिळवण्याचा निर्णय घेतला. तो अनुभव असा जो मला इतरांपासून वेगळेच स्थान देईल.
- मूलभूत सल्ला आणि प्रशिक्षण देण्याचे कौशल्य माझ्याकडे असल्याची जाणीव मला होतीच, त्यामुळेच मी गेल्या २३ वर्षांपासून प्राध्यापक/खाजगी संस्थांचा प्रशिक्षक आणि सल्लागार म्हणून काम करत होतो. त्यामुळे या सर्वांचा वापर स्वतःच्या व्यवसायात करण्याचे मी ठरवले.

योग्य वेळ आणि संधी शोधण्याचा दृष्टीकोन : मी व्यवसाय सल्लागार क्षेत्रामध्ये जाण्यासाठी योग्य वेळ आणि संधी शोधत होतो. शेवटी मी 'अजाईल आणि देवऑप्स' वरील आंतरराष्ट्रीय आस्थापनाकडून कौशल्याचा विशेष संच म्हणून मान्यता घेण्याचे ठरवले. नाहीतरी गेल्या १० वर्षांपासून मी त्याच क्षेत्रात आंतरराष्ट्रीय ग्राहकांसह वेगवेगळ्या पद्धतीने काम करत होतो. व्यापक शोधादरम्यान मला द नेदरलँड आणि जर्मनीच्या एका 'अजाईल आणि देवऑप्स' च्या आंतरराष्ट्रीय सल्लागार संस्थेकडून मर्यादित भागिदारीत (एल.एल.पी.) करण्याचा प्रस्ताव मिळाला.

व्यवसाय सुरू करण्यासाठी आधार म्हणून योग्य ग्राहक : खाजगी संस्थामध्ये १५ वर्षांच्या कार्यकाळात मी बरेच आंतराष्ट्रीय ग्राहक आणि संपर्क विकसीत केले. आता माझी तीच मुख्य मालमत्ता आहे. या ग्राहकानेच मला आत्मविश्वासाने विचार करण्यास आणि सल्लाव्यवसाय करण्यास प्रवृत्त केले.

वेगळे कौशल्य आणि त्यावरील नैपुण्य अधिकार : आता या क्षणी माझ्याकडे गेल्या ५ वर्षांपासून SAFE या आंतरराष्ट्रीय संस्थेने प्रमाणित केलेला 'कार्यक्रम सल्लागार' (SPC) नावाने प्रमाणपत्र आहे. तसेच, इतर प्रतिष्ठित अकादमीच्या 'सल्ला प्रशिक्षण आणि प्रमाणन' विषयांच्या २३ पेक्षा अधिक आंतरराष्ट्रीय प्रमाणपत्रे आहेत. या सर्वांनी मला मग पाचवर्षापासून मुख्य सल्लागार व नेतृत्व प्रशिक्षक म्हणून काम करण्यास उद्युक्त केले.

- **उद्युक्तेसह तज्ज्ञांचा विचार :** मी हा व्यवसाय सल्ला सुरू करताना 'अजाईल आणि देवऑप्स' सल्लागार म्हणून काम करण्याचा एक व्यावसायिक म्हणून निर्णय घेतला आहे. मी वैयक्तिरित्या तसेच काही आंतरराष्ट्रीय ग्राहकांसह सशुल्क काम करत असतो. या सल्लागार व्यवसायात माझ्याबरोबर इतर कर्मचारीही मला मदत करतात.
- **मूलभूत आर्थिक स्थैर्य :** कौटुंबिक स्तरावर आर्थिक स्थैर्य असल्याने 'सल्लागार' व्यवसायाचा निर्णय घेणे माझ्यासाठी सुलभ होता.
- **शिकलेल्या धडद्यांमधून काही मैत्रीपूर्ण सूचनांसह निष्कर्ष :** मूलभूत व्यवसाय आणि तांत्रिक कौशल्य असले तरी, एखाद्याकडे व्यवसाय करण्याची विशिष्ट मानसिकता असणे आवश्यक असते. माझ्या या 'कोठेही नाही' प्रवासादरम्यान, मला बरेच धडे मिळालेले आहेत, ज्यांचा उल्लेख मुख्य सूचनांच्या स्वरूपात करता येईल.
- संपूर्ण प्रवासात मोठी स्वप्ने पाहणे आवश्यक आहे.

- उद्योजक होण्यासाठी उत्कटता आणि वाढीची मानसिकता असणे आवश्यक आहे.
- धंद्यातील संघर्ष हा व्यवसायिक प्रवासाचा अविभाज्य घटक आहे.
- मोठे स्वप्न साध्य करताना बरेच अडथळे त्रास देतात. मार्गापासून दूर करतात. परंतु, ठाम राहून ध्येयमार्गावर लक्ष केंद्रित करावे.
- सतत स्वयं मूल्यांकन, तथ्य आणि दोष शोधणे व समस्या सोडवणे हे एखाद्याने स्वतःला योग्य मार्गावर ठेवण्याचे काही सामान्य मार्ग आहेत.
- उद्योजकाने नेहमी नवनवीन संधींच्या शोधात राहीले पाहिजे, आणि योग्य ती जोखिम घेण्यास सक्षम असावे.

उद्योजक : डॉ. महेंद्र रामदासी

शब्दांकन : डॉ. जयंत पानसे

मोबा. : ९३२५५३६१३७

अनेक अपयशांमधून यश

(एका उद्योजकाच्या प्रवासाची आत्मकहाणी)

उद्योजक : मा. धो. येलकर

• बांधकाम विकासक •

मला नेहमी प्रश्न पडतो की मी जेव्हा एखाद्याची सेवा करून त्या नियोक्त्यांसाठी मूल्यवर्धन करत असतो, तर मी माझीच सेवा करून मूल्यवर्धन का करू शकणार नाही?

एका मोठ्या राष्ट्रीयकृत बँकेसाठी माझी महाविद्यालयातूनच निवड झाल्यानंतर मी १६ वर्षे बँकेची सेवा केली. माझी त्याविषयी चांगली आणि समाधानकारक कारकीर्द होती. त्याठिकाणी शिर्षस्थानी पोहचण्यासाठी मला उज्ज्वल भवितव्य होते, अगदी आर.बी.आय. डेप्युटी गर्व्हनर म्हणून जाण्यासाठीसुद्धा.

१९८४ दरम्यान, पंतप्रधान इंदिरा गांधींच्या हत्येनंतर बँकेच्या एका अत्यंत प्रामाणिक अध्यक्षाला लंडन शाखेतील एका मोठ्या फसवणुकीच्या कारणासाठी बडतर्फ करण्यात आले. त्यात या अध्यक्षांची कोणतीही भूमिका नव्हती. परंतु, उच्चासनीच्या नीच राजकारण्यांना हा निष्पाप बळींचा बकरा अगदी सहजपणे सापडला. मी थोडा वेळ विचार केला की जर हाच किंवा असाच सर्वोच्च भाग्योदय असेल तर मला या नोकरीत पुढे जाण्यास खरोखरच स्वारस्य आहे का?

मला वाटते की मला तेथे जो काही पगार मिळत आहे तो इतर कोणतीही नोकरी करून बाहेर चांगला मिळू शकतो. म्हणून १९९३ च्या दरम्यान कोणालाही न सांगता मी माझ्या राजीनामा धाडून दिला. माझा राजीनामा तीन महिन्यांच्या आत स्विकारला गेला पाहिजे होता. परंतु, आमच्या उच्च व्यवस्थापनाने तसे केले नाही. ते मला पटवून देत राहीले की, माझे करिअर किती उज्जवल आहे आणि मी राजीनाम मागे घ्यावा. तीन महिन्यांनी मी बँकेत जाणे बंद केले आणि राजीनाम्याच्या स्विकृतीची वाट पहात बसलो. अखेरीस ६ महिन्यांनी त्यांनी माझा राजीनामा स्विकारला, आणि

मला माझ्या स्वतःच्या करीअरचे 'उडान' करण्यासाठी मुक्त केले. त्यावेळी त्यादरम्यान, लगेचच दुबईतील एक मोठा व्यापारी जो आमचा ठेवीदार ग्राहक होता, त्याची दुबई आणि ऑस्ट्रिया येथे कार्यालये होती. त्याने माझ्याशी संपर्क साधून मला दुबई येथील श्रीमंत सोसायटीमध्ये एक पॉश अपार्टमेंट आणि अतिशय आकर्षक असा सहा आकडी पगार देण्याचा प्रस्ताव दिला. याशिवाय त्याने मला त्याच्या म्हणजे ग्लोबल इंडिया कंपनीतील ५० टक्के भागिदारीही देऊ केली. मी काही मिनिटे विचार केला आणि त्यांना 'नाही' म्हणालो. मला माझ्या मार्गाने जायचे होते. बँक सोडल्यानंतर रु. २.३७ लाख मला अंतिम लाभ म्हणून मिळाले. पण त्याच वेळेला एका तरुण उद्योजकाने माझ्याशी संपर्क साधला. मी त्याला रु. २.२५ लाख दिले. आता माझ्याकडे फक्त रु. १२०००/- शिल्लक राहीले होते, आणि त्यातच मी स्वतःचे काहीतरी करायचे ठरवले होते.

मला फक्त एक प्रामाणिक बँकर म्हणून ओळखणाऱ्या काही ओळखीच्या लोकांनी जे आमचे बँक ग्राहक नव्हते, अशांनी माझ्याकडे कोणत्याही अटीशिवाय गुंतवणूक करण्यासाठी संपर्क साधला.

माझ्याकडे पैशांची काही अडचण नव्हती. पण कोणता व्यवसाय करावा हीच खरी समस्या होती. कोणत्याही मोठ्या व्यवसायाचा विचार करण्याऐवजी मला वाटले की मी सुरक्षित व्यवसायच करावा, जेथे गुंतवणूकदाराचे पैसे पणाला लागणार नाहीत. मी हे करण्यासाठी 'ईगल फ्लास्क' ही कंपनी निवडली. मला वाटले की जास्त परतावा नसला तरी तिथे पैसे सुरक्षित राहातील. परंतु, दुर्दैवाने त्यावेळी तो व्यवसाय हळूहळू तोट्यात चालला होता. ईगल फ्लास्क कंपनी गंभीर आर्थिक संकटात सापडली आणि आमच्या त्यांच्याबरोबरचा धंदाही बुडाला. जवळजवळ १४ महिन्यापांसून त्यांनी आमच्या मजुरीच्या बिलाची थकबाकी दिली नाही. शेवटी मला प्लास्टिक उत्पादन युनिटचा व्यवसाय बंद करावा लागला.

या काळात मी पैसे नसताना व्यवसाय विविधतेचा विचार केला होता. त्यातून वित्त आणि भाडेपट्टीचा (फायनान्स व लिझिंग) व्यवसाय सुरू केला. परंतु पुन्हा वसुली न झाल्यामुळे तसेच या व्यवसायातील मानवी मूल्यांच्या अभावामुळे मी हा व्यवसाय बंद केला. दरम्यान, मी संगणक हार्डवेअरचा व्यवसाय करावयाचाही प्रयत्न केला; पण लवकरच अतिशय किरकोळ नफ्यासह मी तोही व्यवसाय बंद केला.

दरम्यान, उत्पादन प्रक्रियेच्या व्यवसामध्ये चांगले काम होत नव्हते असे माझ्या लक्षात आले. मी जेथे फार पैशांची गरज भासणार नाही आणि मीही तो व्यवसाय करण्यास सक्षम आहे असा काही व्यवसाय करावा, असे ठरवले. परंतु,

कोणत्याही परिस्थितीत पुन्हा मी कोणत्याही नोकरीत परत जाण्याचा विचार केला नाही. मग अगदी छोट्या प्रमाणात मी मजुरीचा ठेका घेऊन बांधकाम व्यवसायात प्रवेश केला. सुरुवातीच्या टप्प्यावर हा व्यवसाय शिकणे खूप कठीण होते, म्हणून मी ३ भागीदार घेतले. परंतु त्यांनी आर्थिकदृष्ट्या मला ठकवले, आणि मी पुढे उधार घेतलेले भांडवलही गमावले.

मला आत्मविश्वास होता की, मी नवीन व्यवसाय शिकू शकेन. मूळात मी प्रामाणिक आहे, मी कोणालाही फसवणार नाही, किंवा कोणालाही माझी फसवणूक करू देणार नाही. आणि या विचाराने मी स्वतः बांधकाम व्यवसाय सुरू केला.

धाडस, आत्मविश्वास व तोटा झाला तरी खचून न जाता जोमाने उत्साहाने उभे रहाणे हे गुणधर्म अंगी बाणवले तर आपण यशाच्या जवळ पोहोचतोच. मी आता हा व्यवसाय गेल्या २५ वर्षापासून सातत्याने करत आहे. हळूहळू मी नुसत्या मजुरांच्या ठेक्याच्या व्यवसायातून बांधकाम साहित्यासह ठेका घेण्याच्या प्रकल्पाकडे स्थलांतरित झालो आणि तेथून बिल्डर आणि विकासकाकडे. या व्यवसायात मी काही गमावले नाही असे नाही; पण झालेल्या तोट्यापेक्षा झालेला नफा खूप जास्त होता. चांगल्या आणि सूक्ष्म व्यवस्थापनामुळे अंमलबजावणीमध्ये मी काही गमावत नाही, परंतु घर मालकाकडून माझे देय वसूल करण्यात काही वेळा मला अपयश येते. त्यामुळे गमावलेले पैसे सोडून देण्याची आणि जोमाने नवीन प्रकल्प घेण्याची सवय मी विकसित केली आहे. तुमचा दृष्टीकोन प्रामाणिक असेल तर गोष्टी चांगल्या प्रकारे चालतात. माझ्या व्यवसायात मी समाधानी आहे. जर मी गेल्या २७ वर्षांमध्ये केलेल्या कोणत्याही कामाची तुलना केली, तर मला आजपर्यंत कोणत्याही नोकरीपेक्षा किमान २५ पट चांगले काम मिळालेले आहे. थोडक्यात, जर तुम्ही तुमचा आत्मविश्वास गमावला नाहीत तर तुम्ही यशस्वी व्हाल, याची खात्री मात्र नक्की ठेवा.

उद्योजक : मा. धो. येलकर

शब्दांकन : श्री. मुकुंद माटे

मोबा. : ९४२३००९५४९

डिफेंडर सेफ्टी शुज

उद्योजक : श्री. राजेश सी. देशमुख/सौ. वनिता देशमुख
• सेफ्टी शुज •

अहमदनगर स्थित 'डिफेंडर सेफ्टी शुज' या युनीटला ऑगस्ट २०२१ मध्ये पंचवीस वर्षे पूर्ण झाली आहेत. माझ्या प्रवासातला हा एक टप्पा पार करताना अनेक विचार माझ्या मनात येतात. १९९६ साली जेव्हा मला हे युनिट सुरू करायचे होते, साधारण त्याआधी २ वर्षे 'धंदा उभारणी' काय असते याचा माझा अभ्यास सुरू होता. कुटुंबाची पार्श्वभूमी व्यवसायाची असली, तरी उत्पादन प्रक्रिया व त्यासंदर्भातल्या आवश्यक तरतूदी यापासून सर्वजण अनभिज्ञच होते.

श्री. चंद्रकांत नारायण देशमुख हे माझे सासरे, स्वतः 'टॅक्स सल्लागार' म्हणून नगरमध्ये एक प्रथितयश असं व्यक्तिमत्व! सर्व व्यवसायिकांमध्ये त्यांच्या नावाचा एक दबदबा होता. त्यांचा मुलगा हाच व्यवसाय पुढे नेणार अशा रुढार्थाने सर्वांमध्ये एक समज होता. परंतु, पुस्तकी अभ्यासाची वाट फारशी न आवडणाऱ्या मुलाने मात्र जरा वेगळा विचार केला. अशी एखादी वेगळी वाट निवडली की संघर्ष हा आलाच. हा असा संघर्ष फक्त पैशांचाच असतो असे नाही तर तो विचारांचादेखील असतो. माझ्या सासऱ्यांची खूप इच्छा होती की त्यांचा स्वतःचा व्यवसाय, त्यांनी मिळवलेलं नाव असेच पुढे चालू रहावं. परंतु तसं झालं नाही. माझ्या सासऱ्यांकडे वैचारिक बदलासाठी लागणारं एक पुढारलेपण अगदी सुरुवातीपासूनच होतं, तरीही त्यांनी मुलांना पाठबळ देण्याचे काम अगदी चोख बजावलं. मुलांमध्ये धडपड करण्याची हिम्मत होती, मेहनत करण्याची तयारी होती, हे त्यांनी जोखलं व त्यांना संपूर्ण पाठिंबा दिला.

मुळात कल्पना होती 'सेफ्टी शुज' बनवण्याची. ही कल्पना मला सुचण्याचे कारण, 'हॅण्डग्लोज' चा व्यवसाय मी जवळून पाहिला होता. 'सेफ्टी' या गोष्टीला सर्व

कंपन्यांमधून असलेले महत्त्वही मला माहित होते. 'कंपनीज ॲक्ट' नुसार नोंदविलेल्या सर्व कंपन्यांना आपल्या कामगारांना 'शुज' देणे अनिवार्य असते, याची माहिती मी घेतली होती, आणि काय करायचं हेही ठरवलं होतं. परंतु, त्याचं शास्त्रशुद्ध प्रशिक्षण मात्र माझ्याकडे नव्हतं. ते घेण्यासाठी मला उत्तर प्रदेश गाठणं अत्यंत गरजेचं होतं. कारण त्यावेळी संपूर्ण महाराष्ट्रात असा प्रयत्न करणारी एखादीच कंपनी होती. या उलट उत्तर प्रदेशमधील आग्रा व कानपूर ही गावे फक्त याच व्यवसायावर पोट भरत होती. मला कानपूरला राहून सगळं व्यवस्थित शिकून मशीनरीची माहीती करून घेणं गरजेचं होतं.

प्रशिक्षण घेणं, युनिटसाठी जागा बघणं, सुरुवातीला लागणाऱ्या कागदपत्रांची पूर्तता करणं, कामगार, कच्चा माल, वाहतूकव्यवस्था एक ना अनेक गोष्टी म्हणजे उत्पादकतेचा व्यवसाय. असंच काहीसं होत असावं जेव्हा तुम्ही शून्यातून उद्योग सुरू करता. दोघा भावांनी कामाची वाटणी करून एका प्रदिर्घ प्रवासाची सुरूवात केली.

मात्र आम्ही सलग २१ दिवस कानपूरला राहून व्यवसायांच्या बारकाव्यांचा अभ्यास केला. मशिनरीची संपूर्ण माहिती घेतली. कच्चा माल कुठे स्वस्त मिळेल? तो कसा ओळखायचा? या आणि इतर बऱ्याच गोष्टी त्या वास्तव्यात आम्हाला शिकता आल्या. 'सेफ्टी शुजला' लागणारा कच्चा माल म्हणजे प्रामुख्याने 'लेदर' लेदर म्हणजे टॅनरीचा व्यवसाय व तिथे काम करणारे लोक यांच्याशी तुमचा प्रामुख्याने संबंध येतो. टॅनरीमध्ये गेल्याशिवाय तुम्हाला लेदरची गुणवत्ता ओळखता येत नाही. निदान सुरुवातीला तरी यासंबंधी माहिती घेणे अनिवार्य असते.

एका उद्योगाची माहिती घेता घेता तुम्हाला नवीन उद्योगांची माहिती होते व त्याचा उपयोग पुढील वाटचाल सुसह्य करते. बूट बनवण्यासाठी जसे लेदर महत्त्वाचे आहे तसेच त्याबरोबर येणाऱ्या इतर गोष्टीसुद्धा आम्हाला पूर्णपणे नवख्या होत्या. एक बूट पूर्णपणे तयार करण्यासाठी एकंदर सोळा प्रकारच्या (वस्तूंची) कच्चा मालाची गरज असते. सगळ्या वितरकांशी संबंध प्रस्थापित करून जास्तीत जास्त माल, कमीत कमी किमतीत कसा मिळवता येईल यासाठी बरीच धडपड करावी लागते. व त्यासाठी सुरुवातीची काही वर्षसुद्धा द्यावी लागतात.

आम्हाला महाराष्ट्रातच कुशल कामगार शोधणं गरजेचं होतं. बरचसं काम मशीनरीवर घेऊन चांभारी, कामासाठी मनुष्यबळ शोधणे थोडे सोपं गेलं. सुरुवातीला आम्ही १० लोकांना घेऊन फॅक्टरीमध्ये उत्पादनाला सुरुवात केली. आम्हाला 'सदर्न रेल्वे' चे पहिले टेंडर मिळाले व उत्पादन वेगाने सुरू व्हायला मदत मिळाली. या बाबतीतचा टेंडर कामाचा अनुभव आम्हाला मिळाला व तो पुढील वाटचालीसाठी

उपयोगी पडला. अनेक चांगल्या कंपन्यांना आमचे नमुने आवडले. पुण्यातील बजाज ऑटो, थरमॅक्स इंडिया, एल. ॲण्ड. टी., इंडियन सीमलेस, विप्रो लि. व इतर अनेक ठिकाणी मालाची पसंती घेऊन आम्ही चांगल्या ऑर्डर्स मिळवल्या. उत्पादनाचा कोटीचा आकडा पार करण्यासाठी आम्हाला पहिली पाच वर्षे लागली.

आम्हाला जिल्हास्तरीय 'तरुण उद्योजका'चा पुरस्कार मिळाला. एस.एस.आय. युनिटमध्ये 'सेफ्टी शुज' बनवणारी पहिली कंपनी म्हणून नाव लौकिकही मिळाला. फॅक्टरी सुरू करताना आम्ही एम.आय.डी.सी. मधील जागा घेतली. तेव्हा बरीचसी लाइसेंन्स काढावी लागतात. अनेक कायद्यांच्या तरतुदी पूर्ण कराव्या लागतात. प्रोव्हिडंड फंड, फॅक्टरीज ॲक्ट, डि. आय. सी., लेबर लॉ, अशा गोष्टीचीं माहिती घेऊन त्यांची पूर्तता करणे हेदेखील मोठे बंधनकारक काम असते.

काळानुरूप स्पर्धा वाढली. आम्हाला देखील त्या स्पर्धेमुळे अनेक चांगल्या गोष्टी शिकता आल्या व नवीन बदल सतत केल्यामुळे स्पर्धेत टिकून राहता आले. पूर्वी बनवत असलेल्या प्रक्रियेत बदल करत नवीन मशिनरीचा वापर व मालामधील गुणवत्तेतला चांगला बदल, हे सर्व आपण तयार करत असलेल्या त्याच बुटाला, एका वेगळ्या स्तरावर नेऊन ठेवते हेसुद्धा अनुभवले. आम्ही तयार करत असलेला बूट जरा वजनाने जास्त होत होता त्यासाठी खटपट करण्याची गरज निर्माण झाली. त्यासाठी मुळापासून काही बदल करून नवीन पद्धतीने उत्पादन करणे गरजेचे बनले. आम्ही पक्का माल तयार करायला सुरूवात केली. आम्ही तयार करत असलेल्या पक्का माल राज्यांतर्गत विकला जात होता. परंतु, त्यासाठी लागणारा सर्वच कच्चा माल परराज्यांतून येत होता. बदललेल्या जीएसटी प्रणालीमुळे आमच्यासारख्या एस.एस.आय. युनिटला जास्त फायदा झाला. त्याचा परिणाम, विक्रिच्या किंमतीवर होऊन म्हणजेच ती नियंत्रणात ठेऊन अधिकाधिक लोकांपर्यंत पोहोचणे सोपे होत गेले.

आज मागे वळून पाहताना मनात अनेक चांगल्या आठवणी, प्रवासात भेटलेल्या अनेक चांगल्या माणसांचा ठेवा, त्यांचे मार्गदर्शन या सर्वच गोष्टींसाठी कायम ऋणी रहावे असेच वाटते. आईचा अनमोल आशिर्वाद, वडिलांचे भक्कम आर्थिक पाठबळ व रेणुकामातेची सदैव कृपा या सर्वच गोष्टींमुळे 'डिफेंडर सेफ्टी शुज' चा आजवरचा प्रवास सुखकर झाला आहे. फॅक्टरीमधील सर्व स्टाफ व जीवाला जीव देणारे कामगार आमची वाटचाल अधिक वेगाने करण्यासाठी नेहमी प्रेरणादायक ठरले आहेत.

उद्योजक : श्री. राजेश सी. देशमुख
सौ. वनिता आर. देशमुख
मोबा. :९८६०००२१११

प्रेरणादायी नेतृत्व : पारंपरिक मार्गाच्या पलिकडचा विचार

उद्योजक : श्री. योगेश शिंदे
• सेफ्टी पादत्राणे निर्मिती •

नेतृत्व हे केवळ वयावर नाही तर ते प्रभाव, परिणाम आणि प्रेरणा यांवर अवलंबून असते. – **ओन्वी अन्याडो (Onyi Anyad)**

सदर कथानक हे एक युवा सामाजिक उद्योजक श्री. योगेश शिंदे यांच्याबद्दलचे आहे, ज्यांना मी वैयक्तिकरित्या भेटले आहे, आणि गेल्या ६ वर्षांपासून त्यांचा हा अद्‌भुत प्रवास पाहिला आहे. मी ज्या संस्थेमध्ये काम करत होते त्यांच्या वतीने मी श्री. योगेश शिंदे यांना माझ्या विद्यार्थ्यांच्या एका संघाला मार्गदर्शन आणि प्रोत्साहन देण्यासाठी आमंत्रित केले होते. या विद्यार्थ्यांचे एका संघाचे नेतृत्व करण्यासाठी नामांकन झाले होते. (या संघाने प्रतिष्ठित अशा कलकत्याच्या भारतीय व्यवस्थापन प्रशिक्षण संस्थेमध्ये (आय.आय.एम., कलकत्ता) येथे श्री. योगेश शिंदे यांचे मार्गदर्शन आणि प्रेरणा घेऊन २०१६ सालच्या 'व्यवसाययोजन स्पर्धे'मध्ये पहिले बक्षीस जिंकले.) आम्ही पाहिले आणि अनुभवले की, श्री. योगेश शिंदे यांच्यासारख्या मोठ्या व्यक्ती खूप नम्र असतात. आणि अशा व्यक्ती कितीही मोठ्या झाल्या तरी, त्या आपले पाय मात्र जमीनीवर घट्ट रोवून असतात. ही वैशिष्ट्ये ठरावीक असाधारण मानवांमध्येच आढळतात. आणि यामुळेच अशा व्यक्ती त्यांच्या अमूल्य योगदानाद्वारे या पृथ्वीवर सूक्ष्म फ रक घडवून आणत आहेत. श्री. योगेश हे अशा एका प्रेरणादायी पहिल्या पिढीचे सामाजिक उद्योजक आहेत, की जे कर्तुत्वाने सर्व प्रतिष्ठित व्यावसायिकांमध्ये सर्वोत्तम आहेत. आणि तरीही समाजात प्रसिद्धी परांङ्मुख आहेत. निसर्गाच्या संवर्धनातही ते आपले विधायक योगदान देत आहेत. ते स्वयंप्रेरित असून त्यांचा आंतरिक आवाजच त्यांना स्वतःसाठी आणि समाजासाठी आतापर्यंत जे काही केले ते करण्यास प्रवृत्त करतो.

आज आपण ज्या पृथ्वीवर राहतो तिचा असहायतेने ऱ्हास पाहणे आणि दिवसेंदिवस गंभीर होणाऱ्या पर्यावरणीय समस्यांना प्रत्यक्ष किंवा अप्रत्यक्षपणे आपण जबाबदार होत आहोत याची जाणीव होणे याशिवाय आपल्या हातात काही नाही. हे जरी खरे असले, तरी समाजाच्या भल्यासाठी सर्व व्यक्ती जोखीम घेण्यास आणि त्यासाठी कठीण मार्गावर चालण्यासाठी तयार होत नाहीत. कॉर्पोरेट्समध्ये तर उच्च स्तरावरील फार कमी लोक समाजाकडून आपण जे कमावले त्याचा परतावा समाजाला देण्याची जबाबदारी आपल्यावर आहे, असे समजून ती जबाबदारी निभावतात. असे लोक नैसर्गिक नेते असतात, आणि ते स्वतःच्या आणि कुटुंबाच्या पलीकडे विचार करतात, जणू काही हे जग त्यांचे कुटुंब आहे आणि निसर्ग त्यांचे घर आहे. श्री. योगेश शिंदे यांनी मात्र आनंदाने आपली उच्च पगाराची नोकरी सोडली आणि एका महत्त्वाच्या कारणासाठी एक सामाजिक उद्योग चालवण्याच्या क्षेत्रात उडी घेतली.

श्री. योगेश हे एका मध्यमवर्गीय महाराष्ट्रीय कुटुंबातील आहेत. त्यांचे शालेय शिक्षण एका सरकारी शाळेतून झाले. पुणे विद्यापीठातून संगणक व्यवस्थापनात पदव्युत्तर शिक्षण घेत असताना ते त्यांच्या कारकीर्दीच्या ध्येयाबद्दल नेहमीच दृढ होते. कठोर परिश्रम आणि प्रामाणिक प्रयत्नांमुळे ते आपल्या सेवानिवृत्त शिक्षक / पालकांचे बँकिंग क्षेत्रातील भारतातील सर्वोत्तम परदेशी मालकीच्या संस्थेमध्ये योग्य नोकरी मिळवण्याचे स्वप्न पूर्ण करू शकले. बँकेत उपाध्यक्ष पदावर असताना त्यांनी जगभर प्रवास केला. परंतु, त्यांच्या मनात एक विचार कायम सतावत होता आणि तो म्हणजे, त्यांना आपण आपल्या देशाला भारताला काय परत देत आहोत.

याच विचारांनी आणि प्रबळ इच्छाशक्तीने आणि नितांत चिकाटीने श्री. योगेश शिंदे यांनी आपले वैयक्तिक स्वप्न आणि जीवनाचे ध्येय साध्य करण्यासाठी १४ वर्षांची उत्तम कारकिर्द सोडली. ते कधीही आपल्या पदाबद्दल नाही, तर नेहमी आपल्या ध्येयाबद्दल जागरूक होते. (लिसा हाड्शा २०१४) जरी ते युरोपमध्ये त्यांच्या नोकरीचा आनंद घेत होते तरी श्री. योगेश यांच्या मनात नेहमीच मातीतून रुजलेले विचार रुंजी घालत होते. त्यांना विशेषतः नैसर्गिक संसाधनाचे संरक्षण, प्रदूषण नियंत्रित करण्याबद्दलची काळजी वाटत होती. एक दिवस आर्थिक कर्जाखाली दबलेल्या त्यांच्या शेतकरी मित्राच्या आत्महत्येने ते खूप हादरले. त्यांच्या मनात एक विचार चमकून गेला की महाराष्ट्रातील शेतकऱ्यांच्या आत्महत्या कमी करण्यासाठी त्यांच्या स्वतःच्या वातावरणात उपजीविकेचे काही स्त्रोत निर्माण करता येईल का? त्यांनी भारतीय बाजारपेठेचे विश्लेषण केले आणि कसून संशोधन केल्यावर त्यांच्या लक्षात की बांबू उत्पादनात भारताचा दुसरा क्रमांक असूनसुद्धा भारताने आंतरराष्ट्रीय

बाजारात फक्त ४ टक्के बांबूची निर्यात केलेली आहे. त्यांनी बांबूच्या उत्पादनाबद्दल खूपच माहिती मिळवली आणि जवळजवळ २०० शेतकऱ्यांना त्यांच्या नवीन स्वयं-उपक्रमांमध्ये रोजगार आणि कौशल्ये यांची माहिती देऊन त्यांचा स्वप्न-प्रकल्प सुरू केला.

श्री. योगेश यांनी २०१६ मध्ये 'बांबू इंडिया' या नव-व्यवसायाची स्थापना केली. गरीब लोकांची बांबूबद्दलची धारणा गरिबांचे लाकूड, अशी होती आणि आहे. गरीबांचे लाकूड हीच खर म्हणजे बांबूची ओळख होती. ती बदलून हुशार लोकांचे लाकूड येथपर्यंतच्या विचारांची प्रगती श्री. योगेश यांनी केली. ('द पुअर मॅन्स टिंबर ते वाइज मॅन टिंबर') प्लास्टिक उत्पादनाच्या ऐवजी बांबू उत्पादने कशी वापरता येतात हे नवनवीन बांबू उत्पादने वापरून त्यांनी सिद्ध केले. पहिल्या वर्षातच ही उलाढाल रु. ५२ लाखापासून आजमितीला ती रु. ३ कोटींपर्यंत पोहोचली आहे. अर्थात, या मागे श्री. योगेश शिंदे यांचा दूरगामी दृष्टीकोन आणि दृढ उद्दिष्टांसह समर्पित, प्रामाणिक, हुशारीने केलेली अथक मेहनत आहे. 'बांबू इंडिया'ची उत्पादने सध्या १४ विविध देशांमध्ये निर्यात केली जातात. भारतामध्येच त्यांचे अंदाजे १६००० ग्राहक आहेत, तर जगभर ६२७७४ ग्राहक आहेत. या बांबू वापराच्या चळवळीने केवळ १६ महिन्यांत सुमारे १४५२१०८ किलो प्लास्टिक कचरा ते वाचवू शकले आहेत. आज त्यांच्या कार्याचे कौतुक होते आहे. सार्क परिषदेने त्यांना त्यांची ही यशोगाथा सर्वांना दाखवण्यासाठी व सांगण्यासाठी आमंत्रित केले होते.

उद्योजक : श्री. योगेश शिंदे
मोबा. : ७५०७९९९२११
शब्दांकन - प्रा. रचना शिखरे

संदर्भ :

1. https://www.bambooindia.com/
2. https://in.linkedin.com/in/yogeshshinde11
3. एका Business Idea ने असं बदललं लाखोंचं आयुष्य Yogesh Shinde | Josh Talks Marathi - https://www.youtube.com/warch?v=RRYdbvLdD8M

उद्योजकाची घडण

उद्योजक : राहुल भावे
• केटरींग •

असं म्हणतता की The Journey Is More Beautiful Than The Destination आज जेव्हा मी एक उद्योजक म्हणून माझ्या करियरच्या एका विशिष्ट टप्प्यांपर्यंत पोचलोय; तेव्हा ही गोष्ट मला प्रकर्षाने जाणवते. माझा हा प्रवास सोपा नक्कीच नव्हता. सुरू कधी आणि कसा झाला ते लक्षातच नाही आलं.

मला लहानपणापासूनच सतत काहीतरी खटपटी करायची सवय होती. त्यामुळेच मी शालेय जीवनातच घरच्या घरी लहान मुलांच्या पुस्तकांची आणि कॉमिक्सची लायब्ररी चालवणे, पेपरच्या पिशव्या बनवणे असले उद्योग करत असे. अर्थातच मला यासाठी माझ्या आई आणि वडिलांचे कायम प्रोत्साहन मिळत होते. आई माझी सुगरणच आहे. आमच्या लहानपणी घराला हातभार लावायला ती अनेक गोष्टी करत असे. जसे की शाळेतील नोकरी सांभाळूनच मेस चालवणे, होलसेलमध्ये भाजी आणून किरकोळीत विकणे, मसाले करून विकणे इत्यादी.

माझ्या कॉलेज जीवनात माझ्या एका मित्राच्या ट्रॅव्हल कंपनीमध्ये मी सुट्टीत नोकरी करत असे. टूर घेऊन जाणे, रेल्वे बुकिंग करणे सगळी कामे मी करत असे. पण टूर घेऊन जाण्याचा जो अनुभव आहे तो शब्दातीत आहे. वेगवेगळ्या स्वभावाच्या व्यक्तींचा सहवास आणि प्रवास या दोन्ही गोष्टी आपल्याला खूप काही शिकवून जातात. दिवाळीच्या सुट्टीत फटाके विकण्याचासुद्धा व्यवसाय मी केला आहे.

अशा खटाटोपी करता करता एक मानसिक घडण झाली की आयुष्यात काही करीन तर व्यवसायच करीन नोकरी करणार नाही. पण त्याची पूर्वतयारी म्हणून आधी २ वर्षे एका कंपनीत मार्केटिंगची नोकरी केली. मार्केटिंगच का तर भरपूर फिरायला

मिळतं. आणि भरपूर लोकांना भेटता येते, जे एका व्यावसायिकासाठी अतिशय महत्त्वाच असत, असं माझं मत आहे. मग जेव्हा प्रत्यक्ष व्यवसाय सुरू करायची वेळ आली तेव्हा मातोश्रींकडून उपजतच आलेलं माझं खाद्य संस्कृतीचं प्रेम उफाळून आलं आणि मी १९९८ साली केटरिंग व्यवसायात पदार्पण करायचं ठरवलं.

सर्व प्रथम मी घरगुती जेवणाचे डबे घरपोच द्यायला सुरुवात केली. त्यावेळी सुरुवातीला मला ७/८ डबे मिळाले. पुन्हा एकदा मातोश्री मदतीला धावून आल्या. फक्त पोळ्यांसाठी बाई होती बाकी सर्व आई करत होती. त्याचबरोबर चकली आणि चिवडा बनवून तो दुकानांमध्ये पोचवण्याचं कामपण मी सुरू केलं. मग पुढे १९९९ साली माझ्या आयुष्यातलं पहिलं कॉन्ट्रॅक्ट मला मिळालं. भोसला मिलिटरी कॉलेजच्या कँटिनचं मला काम मिळालं. त्या कॅंटिनमध्ये चहा नाश्ता बनवण्यापासून विकण्यापर्यंत आणि सगळं झालं की भांडी घासण्यापर्यंत सगळी काम मी आणि माझा लहान भाऊ अतुल दोघेच करायचो.

याला पर्याय म्हणून लग्नाच्या केटरिंगचा अनुभव मिळावा म्हणून नाशिकच्या प्रसाद मंगलकार्यालयातील केटरर्स श्री. लेले यांच्याकडे रोजंदारीवर कामाला लागलो. त्यांनी पण आम्हाला भरपूर शिकवलं. त्यानंतर एक अशी संधी मिळाली की आमचा स्पीड चांगलाच वाढला. २००१ च्या जून महिन्यात आम्हाला सिंबायोसिसच्या नाशिक शाखेचे मेस आणि कॅफे टेरियाचे कॉन्ट्रॅक्ट मिळालं. त्यावेळी भोंसलाची जबाबदारी अतुल, सिंबायोसिसच्या कॅफे टेरियाची जबाबदारी माझे वडील, मेसची आणि आऊट डोअर केटरिंगची जबाबदारी मी सांभाळत होतो.

या सर्व प्रक्रियेत अनेक अनुभव येत होते. अडचणी येत होत्या. कधी स्टाफच्या अडचणी, कधी आर्थिक अडचणी तर कधी एखाद्या कस्टमरकडून आलेले वाईट अनुभव. परंतु, प्रत्येक अनुभव काही ना काही तरी शिकवत होता. आणि त्यावरून शिकत शिकत आम्ही आपल्या व्यवसायात वेगवेगळ्या सिस्टीम लावत होतो. व्यवसाय जास्तीत जास्त चांगला करत होतो. त्यासाठी एक तत्त्व मात्र आम्ही नेहमी पाळलं ग्राहकांचे १०० टक्के समाधान हेच आमचे ध्येय ठेवले. माझ्या मावशीच्या मिस्टरांनी व्यवसायाच्या सुरुवातीलाच एक मंत्र दिला होता, 'आधी क्वालिटी आणि सर्व्हिसवर लक्ष द्या, ग्राहकांच्या संपूर्ण संतोषासाठी काम करा, मागून पैसे आपोआप चालत येतील.' आजही तो मंत्र आम्ही जपतो आहोत. त्यामुळेच एकदा आमच्याशी जोडला गेलेला ग्राहक कायमचा जोडला जातो. आणि 'श्री पद्मावती कटरर्स' च्या परिवाराचा एक सदस्य होऊन जातो. आज २२ वर्षात कमीत कमी ५ लाख लोकांना वेगवेगळ्या

समारंभातील केटरिंगच्या माध्यमातून आम्ही जेवायला घातलं आहे. आणि कॉलेजच्या मेसच्या माध्यमातून कमीत कमी १० हजार विद्यार्थ्यांना जेऊ घातलयं. त्याचं समाधान वेगळंच आहे.

असा हा आनंददायी प्रवास सुरू असताना एक उद्योजक म्हणून मी शांत न बसता वेगवेगळ प्रयोग करत गेलो. श्री. पद्मावती गारमेंटस्, फ्युजन व्हेज रेस्टॉरंट, झेलम मसाले, असे वेगवेगळे प्रयोग करत गेलो. त्यात आम्ही धडपडलो. भरपूर नुकसान सहन केलं; पण कधी थांबलो नाही आणि आम्हाला थांबावसं वाटलंपण नाही. माझा एक मित्र मला नेहमी म्हणतो की, 'नंगे से खुदा भी डरता है ...' हे वाक्य मला नेहमीच काहीतरी नवीन करायची किक देत असतं आणि एका उद्योजकासाठी ही किक अत्यंत महत्त्वाची असते. मार्च २०२० 'कोविड १९' नामक महामारीने सगळ्या जगाला ग्रासले ...सगळीकडे काळजी, अनिश्चतता, संभ्रम या पार्श्वभूमीवर २०२० मध्येच जून महिन्याच्या १५ तारखेला एक नवीन काम सुरू केलं.

माझा शालेय मित्र योगेश आणि मी, मे महिन्यात भेटलो तेव्हाच मी त्याला 'सेन्ट्रल किचन'ची कल्पना सांगितली, आणि त्यांनीही ती उचलून धरली. नव्हे नव्हे, त्या निमित्ताने आम्ही दोघे व्यावसायिक बंधनाने जोडले गेलो.

'श्री. पद्मावती फूड्स एल. एल. पी.'या कंपनीची आम्ही स्थापना केली. त्याअंतर्गत 'देसी रोटी-शोटी' या नाशकातील पहिल्या वहिल्या सेन्ट्रल किचनची सुरुवात केली. १ वर्षापूर्वी आजच्याच दिवशी. या आधी काही वर्षापूर्वी 'श्री. पद्मावती गारमेंट्स बुटिक' सुरू केले होते जे एक वर्षात बंद करावे लागले. तसेच 'फ्युजन व्हेज रेस्टॉरंट' सुरू केले होते जे ८ महिन्यातच सोडले. नंतर सुरू केले झेलम मसाले आणि ते २ वर्षातच बंद झाले. पण आता 'देसी रोटी शोटी' बद्दल एक जबरदस्त आत्मविश्वास वाटतोय. कारण, पहिल्या पिढीच्या मराठी उद्योजकाला नेहमीच खेकड्याच्या नांग्यामधून पाय सोडवून घेत तोंडावर आपटतच शिकावं लागतं. माझ्या आधीच्या व्यवसायांनी ही शिकवणी पुरेशी घेतली आहे. त्यामुळे आमचं हे venture कोटीच्या कोटी उड्डाणे घेणार नक्की. त्याचं खूप मोठ श्रेय योगेशचं आणि तुमच्यासारख्या स्नेही जणांचं.

एका वर्षात आम्ही ७७५ समाधानी ग्राहकांना आमच्याशी जोडून घेतलय. आणि डिसेंबर २०२२ पर्यंत ५००० ग्राहकांपर्यंत पोचण्याचं टार्गेट घेतोय. अर्थातच तुमच्या सगळ्यांच्या पाठिंब्याच्या जोरावरच.

या प्रवासात मला अनेक नातेवाईक, मित्र, ग्राहक, परिवार, हितचिंतक अशा

सगळ्यांनी भरपूर मदत, प्रोत्साहन आणि महत्त्वाचे सल्ले दिले आहेत. त्या सगळ्यांची नावं घेणं शक्य नाही. पण सगळ्यांचं मनोमन स्मरण ठेऊन त्यांच्या ऋणात कायम राहणं हीच माझी भूमिका आहे.

अशीच साथ देत रहा तुमच्या शबासकीची एक हलकीशी थाप आम्हाला खूप मोठी ऊर्जा देऊन जाते.

उद्योजक : राहुल भावे
मोबा. : ९४२२७५६५८६

‘गोगटे इलेक्ट्रोसिस्टीम्स (N) प्रा. लि.’

(फायु आर इलेक्ट्रॉनिक्स)

उद्योजक : श्री. विवेक गोगटे

• इलेक्ट्रॉनिक्स •

‘मी न कुणाला सांगायची’ कविता स्फु रते कशी? संजीवनी मराठे यांचा हा कविता संग्रह आहे. प्रत्येक व्यक्तीत एक कवी, लेखक दडलेला असतो; पण प्रत्येक जण कवी लेखक होऊ शकत नाही. त्याचप्रमाणे प्रत्येक व्यक्तीत एक उद्योजक लपलेला असतो. त्याला व्यवसाय उद्योग सुरू करता येईलच असे नाही. नेटका संसार करणारी गृहिणी, नोकरीत नवीन कल्पना योजून कंपनीला पुढे नेणारा नोकरदार, हे सर्व उद्योजकच आहेत. शास्त्रीय दृष्टीने उद्योजक म्हणजे एखादा व्यवसाय करून वस्तूंची व सेवांची निर्मिती करून रोंजगार उपलब्ध करून देशाला मदत करतो तो होय. त्यासाठी प्रेरणा कुठुन मिळते? तर त्या व्यक्तींच्या मनात ‘उद्योगाबाबत’ विचार सतत घोळत असतात. सर्व घटकांची जमवाजमव करून योग्य संधी मिळताच ती व्यक्ती उद्योग सुरू करते, उद्योजक बनते.

आपण नेहमी मोठे मोठे उद्योगपती बघत असतो, त्यांची माहिती वाचतो. त्यांनी उद्योग कसा उभारला, वाढवला. त्यांचे मिळालेले पुरस्कार हे आपल्या मनात नोंदले जातात. आपणही उद्योजक व्हावे ही सुप्त इच्छा मनात येते. परंतु परिस्थितीमुळे नोकरी करावी लागते आणि वय झाल्यावर उमेद राहत नाही.

माझ्याकडे माझे बरेच मित्र जे उच्च पदावरून निवृत्त झालेले आणि मुलांसाठी खूप मोठे भांडवल जमा केलेले, उद्योग निवडण्यासाठी सल्ला घेण्यास येतात. माझा सल्ला असा असतो. की, ‘ज्याला उद्योग करावयाचा आहे त्याची पूर्णतः तशी मानसिक तयारी असावी. त्यासाठी निर्णयक्षमता, धाडस, आत्मविश्वास ही त्रीसुत्रीही आवश्यक आहे. तोटा पेलण्याची धमक व पुन्हा उभे राहण्याची उमेदही असावी. त्या व्यक्तींच्या स्वतःच्या ‘कोअर व्हॅल्युज’ व त्याने निवडलेल्या उद्योगांच्या ‘कोअर व्हॅल्युज’ या

सारख्या अथवा पूरक असाव्यात व यश मिळवण्यासाठी त्या व्यक्तीस विविध मार्ग चोखाळता आले पाहिजेत.' तरच तो यशस्वी उद्योजक होईल. माझ्याबद्दल सांगायचे तर मी पुण्याच्या अभियांत्रिकी महाविद्यालयात शिकत असतानाच मला माझा स्वतंत्र उद्योग करायचा आहे हे ठाम डोक्यात होते. उद्योजक व्हायचा निर्णय घेण्यामागे अनेक पूरक गोष्टी माझ्या बाबतीत होत्या. त्याकाळानुरूप परिस्थितीपण होती. काही ठळक बाबी म्हणजे –

माझ्या गेल्या ७ पिढ्यामधील कोणीही सखखे / चुलत यांनी तोपर्यंत कोणाताही व्यवसाय उद्योग / व्यापार असा केलेला नव्हता. माझ्या नजीकच्या कुटुंबातील सर्वजण वैद्यकीय व्यवसायातले होते आणि आहेत. आपण नोकरी न करता काहीतरी वेगळे करावे आणि इलेक्ट्रॉनिक्स इंजिनिअरिंगचे शिक्षण घेतलेले असल्याने त्या शिक्षणाच्या पायावर वेगळी उद्योग उभारणी करायची ही उर्मी माझी प्रेरणा ठरली. इंजिनिअरिंगच्या पदवीनंतर व्यवस्थापन क्षेत्रातील शिक्षण घ्यावे, असे मी ठरवले व एम.बी.ए.ला प्रवेश घेतला. व्यवस्थापन शिक्षणाच्या दुसऱ्या वर्षात 'परचेस मॅनेजमेंट'मधील Five R या संकल्पनेची ओळख झाली. (Right Quality, Right Quantity, Right Price, Rigrt Delivery & Right Service) ती आवडली आणि स्वतःच्या उद्योगाचे नाव पण ठरले 'Five R इलेक्ट्रॉनिक्स'!

कौटुंबिक पार्श्वभूमी : घरातील सर्व जण समाजाशी बांधिलकी असलेले डॉक्टर होते. खोऱ्याने पैसे ओढणाऱ्या डॉक्टरांसारखे ते नव्हते. गरिबांना मोफत, तसेच पेशंटच्या आर्थिक परिस्थितीनुसार उपचार ते देत असत. त्यानुसार फी घ्यायची असे होते. आर्थिक परिस्थिती मध्यमवर्गीय होती. मध्यमवर्गीय कुटुंबात सर्वसाधारणपणे शिक्षण पूर्ण झाल्यावर थोडी जबाबदारी घ्यावी लागते. माझ्या सुदैवाने मी सर्व भावंडात लहान असल्याने आणि माझ्या मोठ्या बहिण भावंडाचे शिक्षण, विवाह हे सर्व पार पडलेले आणि ते सर्व सुखात असल्याने माझ्यावर कौटुंबिक जबाबदारी शून्य होती. मी बेजबाबदारीने वागू नये एवढीच फक्त आणि माफक अपेक्षा घरच्यांची असणार हे मला माहीत होते. आणि अशी अपेक्षा ठेवणे अजिबात गैर नाही. शिवाय जर कधी काही मदत लागली, आणि आर्थिकसुद्धा, ते ती करायला सर्व तयार होते. याबाबतीत मी खरोखरच सुदैवी आहे.

मानसिक पाठिंबा : प्रत्येकाच्या बाबतीत अगदी नोकरदार व्यक्तींच्या बाबतीतसुद्धा घरच्यांचा मानसिक पाठिंबा फार महत्त्वाचा असतो. तुम्ही जे काही करत असाल त्या बाबतीत तुमचा उत्साह वाढवणारा प्रतिसाद तुम्हाला घरच्यांकडून मिळाला पाहिजे. नाहीतर चांगली नोकरी करायची सोडून कुठून हा स्वतःचा उद्योग

करायचा दळभद्रीपणा आठवला, असे जर सूर कानावर पडायला लागले तर, आत्मविश्वास ढेपाळलाच म्हणून समजावे. मी उद्योग सुरू करतो म्हटल्यावर त्यावेळी आमचे एकत्र कुटुंब होते, माझे वडील आणि भाऊ यांनी सांगितले की घराची काळजी करू नकोस तू सुरुवातीची २ वर्षे घरखर्चासाठी काहीही पैसे दिले नाहीस तरी चालेल. माझ्या आणि त्यांच्यापण सुदैवाने तशी परिस्थिती ओढवली नाही. परंतु, व्यवसाय सुरू केल्यावर ३/४ महिन्यातच माझा विवाह झाला आणि माझ्या पत्नीनेपण मला पूर्ण साथ दिली. तसेच माझे सासु-सासरे यांनीपण माझा उत्साह वाढेल असाच मला पाठिंबा दिला.

व्यवसाय अनुकूल परिस्थिती : मी व्यवस्थापनाचे शिक्षण पूर्ण केल्यावर कार्यानुभव घेण्यासाठी मुंबईच्या एका उद्योगात मॅनेजमेंट ट्रेनी म्हणून रूजू झालो. हे वर्ष होते १९७८. त्याअगोदर समर प्लेसमेंटमध्ये मुंबईच्याच एका नामांकित रेडिओ बनवणाऱ्या कंपनीत २ महिने मटेरिअल्स मॅनेजमेंट विभागात काम केलेले होते. त्यामुळे मुंबईच्या मार्केटची बऱ्यापैकी ओळख झालेली होती. नोकरीत रमायचे नाही हे आधीच ठरवलेले असल्यामुळे ६ महिने पूर्ण झाल्यावर शेवटच्या महिन्याचा पगार घेऊन नाशिक गाठले. इलेक्ट्रोनिक्सचा व्यवसाय करायचा असल्याने कुठल्याही प्रकारचे ध्वनी प्रदूषण, जल प्रदुषण, हवा प्रदूषण नाही. त्याबरोबर मोठ मोठ्या अवजड मशीनरीची आवश्यकता नसल्याने सुरुवातीला राहत्या घराच्या तळघरातील जिन्याखालच्या जागेत आणि नंतर शहरातील भाड्याच्या जागेत उद्योग सुरू केला. कोणत्याही भांडवली गुंतवणुकीची जरुरी पडली नाही. 'गोगटे इलेक्ट्रोसिस्टीम्स (N) प्रा. लि.' ही कंपनी, दर्जेदार उत्पादनासाठी प्रसिद्ध आहे. कंपनी इलेक्ट्रॉनिक्स कंट्रोल पॅनेलमधील विशिष्ट पार्टस बनवते. कंपनीमध्ये कुशल, अकुशल असे सुमारे १०० लोक कामास आहेत. कंपनीची एकूण उलाढालसुद्धा २५/३० कोटींच्या घरात आहे. आता श्री. विवेक यांचे सुपुत्र आदित्यसुद्धा इजिनिअरिंग करून कंपनीतच कार्यरत आहेत. त्यामुळे ही कंपनी आता मोठी झेप घेण्याच्या तयारीत आहे.

आमची उत्पादने :

१) व्होल्टेज स्टॅपिलायझर
२) लो व्होल्टेज स्वीच गिझर
३) ट्रान्समिशन ॲण्ड डिस्ट्रीब्यूशन्स
४) युपीएस व इनव्हर्टर
५) कंट्रोल ॲण्ड ऑटोमिशन प्रोटेक्शन युनीट
६) सोलर प्रॉडक्ट
७) बॅटरी चार्जर व पावर बॅक
८) कम्युनिकेशन प्रॉडक्ट

अशा प्रकारे विविध उत्पादने त्यांच्या मालाची विक्री देशात तर होतेच, शिवाय परदेशी निर्यातसुद्धा होते.

आमची कंपनी व्यवसाय करताना माझ्या कोअर व्हॅल्यूज म्हणजेच विश्वास, गुणवत्ता, बांधिलकी (दिलेला शब्द पाळणे) आणि सचोटी, या माझ्यासाठी कायम मार्गदर्शक ठरल्या आहेत. कोणताही निर्णय घेताना या मला आणि आता माझ्या व्यवसायात आलेल्या माझ्या मुलाला, सुनेला आणि सर्व कर्मचाऱ्यांना मार्गदर्शक ठरतात.

सध्याची आणि येणारी परिस्थिती बघता, पूर्वीसारखे नोकरी म्हणजे आयुष्यात स्थैर अशी स्थिती राहिलेली नाही. उद्योग जर आपल्या कोअर व्हॅल्युजलच्या पायावर आणि आवश्यक त्या तांत्रिक आणि कार्मिक ज्ञानावर उभारलेला असेल, तर उद्योगात अपयशी व्हायचे काहीच कारण नाही. आपल्या आयुष्यातील वैयक्तिक ध्येये आणि उद्योगाची ध्येये यांची योग्य सांगड घातलेली असेल, तर यश तुमचेच आहे. त्यासाठी आपला रिऍलिस्टिक Swot, Strength, Weakness, Opprtunities, Threats, अनॅलिसेस करा आणि पुढे पाऊल टाका. एक सांगतो, स्वतःसाठी आणि कुटुंबासाठी काम करण्याबरोबर आपल्यावर अवलंबून असणाऱ्या समाजातील सर्व घटकांचा विकास आणि आर्थिक उन्नती करण्यासारखे दुसरे सुख कोणतेच नाही. यश तुमची वाट पहात असेल.

उद्योजक : श्री. विवेक गोगटे

मोबा. : ८७८८४३७३८७

सागर एन्टरप्राइझेस

उद्योजक : श्री. सागर तरटे
• प्रवासी सेवा •

सागराची खोली तसेच तळाशी असलेल्या असंख्य वस्तू आपणास कळत नाहीत. 'सागर एन्टरप्राइझेस'चे श्री. सागर तरटे आणि श्री. गौरव तरटे हे दोघेही भाऊ सकाळी ८ पासून रात्रीपर्यंत ग्राहकांच्या सेवेत हजर असतात. आपणास वाटतं की, काय व्यवसाय असेल यांचा? हे कोणत्या सेवा देत असतील? त्यांचे कस्टमर कोण असतील? २००८ साली सुरू झालेली ही 'बिंदूरूपी' संस्था आज टुरिझमचे सर्व क्षेत्र व्यापून आहे. त्याचबरोबर काळानुसार या डिजीटल युगामध्ये ज्यांना संगणकावर हाताळणी येत नाही त्यांना सर्व कामे करून देत आहेत. उदा. आम्ही वय ६५ चे वरील चार पाच मैत्रिणी दरवर्षी ८-१० दिवसांच्या प्रवासाला जातो. सर्व जणी नोकरी करून चांगल्या पदावरून निवृत्त झालेल्या आहोत. प्रवासाच्या आखणीत मदत, संगणकावर विमानांचे सर्व बुकिंग, प्रत्येक मुक्कामी आम्हास योग्य अशा लॉजचे बुकिंग, टॅक्सीची सोय, पुण्यात घर ते विमानतळ नेणे व येताना आणणे, दुसऱ्या देशात असेल तर परकीय चलनाची सोय, अशा असंख्य गोष्टींची ते सेवा देत असतात.

सागर एन्टरप्राइझेसची जागा अतिशय मोक्यावरची आहे. आंबेडकर चौकातून थोडे वर आल्यावर आचार्य सोसायटी आहे व त्याच्या समोर गिरीष सहकारी सोसायटी आहे. यांच्या मधून जाणारा रस्ता नादब्रह्म, चैतन्य, इशाननगरी, स्टर्लींग होम, शरावती, श्रीराम इत्यादी सर्व सोसायट्यांमध्ये जाण्यासाठी आहे. जवळच रस्त्यावर साईबाबा मंदिर आहे. आणि याच रस्त्याच्या लेन नं. २ मध्ये कार्नरवरच 'सागर एन्टरप्राइझेस' आहे. सुरुवातीला ते तळमजल्यावर होते, आता पहिल्या मजल्यावर आहे. त्यांच्या व्यवसायात दरवर्षी एकेक अनुषांगिक सेवा वाढते आहे.

श्री. सागर तरटेचे वडील श्री. सुधाकर तरटे हे सरकारी नोकरीतून निवृत्त

झालेले आहेत. आई गृहिणीच होती. फावल्या वेळात लोकोपयोगी शिवणकाम करायची. घरात आजी, आजोबा. थोडक्यात, वर्दळ असलेले घर होते. सागरचे काका एस.टी. महामंळड कार्यालयात काम करायचे. श्री. सागर १२ वी सायन्सनंतर डिप्लोमा इन इंडस्ट्रियल इलेक्ट्रॉनिक्स उत्तीर्ण असून धाकटा भाऊ श्री. गौरव कॉमर्स ग्रॅज्युएट आहे. तर श्री. सागरची पत्नी सौ. मयुरी सागर तरटे या बी.बी.ए. आहेत. या दोघांची व्यवसायात खूपच मदत होते. त्यांच्या घरातील सर्व लहान थोर मंडळी सर्वांशी चांगले संबंध ठेवून असायची.

हायस्कूलमध्ये असल्यापासूनच श्री. सागर यांना हे क्षेत्र 'खुणावत' होते. काकांकडून तसेच मिळेल तिथून याबद्दलची माहिती ते मिळवत होते. त्यांचे मित्र श्री. प्रदीप तोडकर आरक्षणाचा साइड बिझनेस करत होते. त्यांचा टेलिफोन बुथ होता. नेहमी गप्पा मारताना ते म्हणायचे हा मेन बिझनेस म्हणून करावा, चांगला चालेल. काका पण म्हणायचे 'आरक्षणाशिवाय लोक प्रवास करणार नाहीत.' कमिशन पण चांगले मिळायचे. श्री. सागर यांच्या डोक्यात वेगाने चक्रे फि रू लागली. त्यांच्या मनात रात्रंदिवस तोच विचार असायचा. शिक्षण पूर्ण झाल्यावर त्यांनी जेमतेम १/२ महिने नोकरी केली. एवढे कष्ट स्वतःच्या व्यवसायात घेतले तर खूप फायदा होईल या विचाराच्या आधाराने नोकरी सोडली व त्यांनी एकट्यानेच आरक्षणाचे काम सुरू केले.

२००८ मध्ये व्यवसायाची नोंदणी केली व या संबंधातील सर्व कामे सुरू केली. सर्व कामे करता येईल असा कॉम्प्युटर घेतला. कॉम्प्युटरमधील सर्व गोष्टी आत्मसात केल्या. सुरुवातीला बस MSRTC व Private अशा सर्व बस व रेल्वेचे आरक्षण सुरू झाले. २००९ मध्ये पुण्याला व जगाला 'स्वाइन फ्ल्यू' ने ग्रासले आणि आरक्षणे रद्द करण्यासाठी गर्दी होऊ लागली. स्वतःच्या व्यवसायात 'नाही' 'करता येणार नाही', 'जमणार नाही' हे शब्द चालत नाहीत. तोंडात 'खडीसाखर' ठेवूनच बोलावे लागते हा धडा त्यांनी आत्मसात केला. लहान भाऊ गौरव हा कॉमर्सला शिकत होता. एकट्यावर लोड येऊ लागला; पण गौरवही एक बाजू भक्कम सांभाळू लागला. हळूहळू प्रवासाची सवय जनतेला लागत होती. पूर्वी कामाशिवाय गावी न जाणारे लोक ग्रुप करून नियोजन करून प्रवासाला जावू लागले. मग ते विमानाचेपण बुकिंग करू लागले. ते म्हणतात, 'गरजेप्रमाणे अल्प दरातसुद्धा प्रवास आखून परवडेल अशा हॉटेलचे बुकिंग करून ग्राहकांना समाधान मिळावे असे ध्येय आम्ही ठरवले.' त्यानंतर त्यांनी मागे वळून पाहिलेच नाही. श्री. सागर सांगत होता आज सागर एन्टरप्राइझेसकडे टुरीस्ट फोर व्हिलर आहे. २०१५ ला ती घेतल्याने एक आयाम

वाढला. आपण त्यांच्या सेवांची थोडक्यात यादीच बघू या. (१) विमान, रेल्वे बसेस (खाजगी व इतर) आरक्षणे, (२) कार – बसेस हायर करून देणे (३) मोबईल रिचार्ज सर्व कंपन्या, लाईटबील, फोनबील, टॅक्स (४) पासपोर्ट व व्हिसासंबंधी सर्व कामे (५) हॉटेल व हॉलीडे होम आरक्षण (६) पैसे पाठवणे व फोरेक्स (७) प्रवासी विमा (८) तिरूपती बालाजी दर्शन पास व खोल्या मिळवणे (९) मॉ वैष्णवदेवी दर्शन पास व हेलिकॉप्टर बुकिंग (१०) देशांतर्गत व परदेशी टूर नियोजन (११) परकीय चलन सुविधा (१२) भाडेकरूंच्या कराराची नोंदणी, इत्यादी.

अशी अनेकविविध कामे दोघे भाऊ सांभाळतात. मुख्य म्हणजे इतरही अनुषांगिक सेवा ते करून देतात. श्री. सागरच्या पत्नी सौ. मयुरी बी.बी.ए. असल्याने उपलब्ध पडद्यामागच्या त्या सुत्रधार आहेत. यांचा अशिक्षीत ग्राहक वर्गही आहे. त्यांना सर्व नियम समजावून सांगणे व दिलासा देणे हे एक कठीण काम ते दोघे जण करतात. कधीही फसवत नाहीत. ग्राहकांचा विश्वास संपादन करणे हेच यांच्या यशाचे गमक आहे.

ओळखीच्याची व संबंध असतील त्याप्रमाणे त्यांची कामे होत असतात. एकदा मी सहज चौकशीसाठी गेले असता, पैसे नेलेच नव्हते. मी गेले तेव्हाच नेमके विमानाचे तिकिट स्वस्त होते. ४०० ते ५०० रू. वाचणार होते. गौरव म्हणाला, 'मॅडम तुमचे पैसे मग द्या, कुठे जातात'? आणि त्यांनी तिकिट काढले. मी सायंकाळी पैसे दिले. १-२ दिवस अगोदर फोन करून कळवले तर गाडी विमानतळावर/स्टेशंनवर घ्यायला येते.

तत्काळ तिकीटे काढणारे उत्तरप्रदेश, दिल्ली, राजस्थानकडचे खूप लोक असतात. तिकिट काढून ठेवले जाते. परंतु, पूर्ण पैसे मिळाल्यानंतरच ते दिले जाते. 'करोना लॉक डाऊन' काळात नियमांचे अधीन राहून सागर एन्टरप्राइझेसने आपल्या ग्राहकांची सर्व कामे केली. त्यांच्या ऑफि सचे नूतनीकरण व घरांचे पण नूतनीकरण दोन वर्षापूर्वी झाले. आपण श्री. सागर व श्री. गौरव यांच्या व्यवसायास शुभेच्छा देऊया.

उद्योजक : सागर तरटे

फोन : ०२०-२५२३१४४७

श्री स्वामी समर्थ गृह उद्योग

उद्योजक : सौ. स्नेहा देवकर
• तयार पिठे व फळे •

मातृत्व की कर्तृत्व? हाच मोठा प्रश्न होता तिच्यासमोर. मातृत्व स्विकारलं की त्यातून परत मागे फिरताच येत नाही त्यामुळे मग कर्तृत्वावर पाणी सोडण्याला पर्यायच नव्हता. एका मोठ्या आयटी कंपनीमध्ये काम करणारी ती आता तिच्या छोट्या पिल्लाच्या सेवेत २४ तास हजर होती. तिचा दंगेखोर बछडा सांभाळायला तिच्या सोबत होते तिचे आई वडील आणि नवरा.

तिच्या आईचे आणि तिचे मग घरात काही बाही कुटीरद्योग सुरू झाले. हे बनवून बघ ते बनवून बघ. थालीपीठ भाजणी भाजून दळून आणा, मेतकूट भाजून दळून आणा. उपासाची भाजणी भाजून दळून आणा. तिच्या मनात आलं आपण बाहेरून आणलेले हे पदार्थ अनेक वेळा खाल्ले आहेत. पण आपण स्वतः भाजून दळलेल्या या गोष्टीची सर बाहेरच्या भाजणी मेतकूटांना अजिबातच नाही. घरच्या पदार्थांचा डबा उघडताच दरवळणारा सुगंध काही वेगळाच असतो. घरात बसल्या बसल्या काहीतरी करावं हे सर्वानुमते ठरलं आणि नवऱ्यानी तिला एक घरघंटी अर्थात, धान्य दळण्याची छोटी गिरणी घेऊन दिली. त्यांचा असा विचार की, घरात लागतं ते, आणि फार फार तर बिल्डिंगमधलं, ओळखीपाळखीतलं एवढं दळण जरी केलं तरी पुष्कळ झालं.

तिने पेढे वाटत सगळ्या सोसयटीला हे सांगितल आणि हळूहळू लोक यायला सुरुवात झाली. पण मग विचार आला की आपण फक्त दळून देण्यापेक्षा दळलेलंच पीठ विकायला सुरुवात केली तर? त्यांच्या जुन्या ओळखीचे एक भाजीचे दुकान होते. त्या भागातील ते बरेच जुने आणि प्रसिद्ध दुकान होते. त्यांच्याकडे तिने पीठे ठेवायला सुरूवात केली आणि त्यांच्या सुचविण्यानुसार त्यावर पिशव्यावर 'लेबल'ही

लावली. त्या लेबलवर घटक पदार्थही लिहायला सुरुवात केली. सध्या घरातीलच माणसं सगळी कामे करत होती. मार्केटिंग, डिलिव्हरी, मॅन्युफॅक्चरींग अशी सगळीच कामे करावी लागत. लवकरच त्यांनी त्या उद्योगाला नाव देऊन त्या नावाची लेबल्सही छापून घेतली. त्यानंतर माल ठेवण्यासाठी हळूहळू नवीन नवीन दुकानांचा शोध सुरू झाला. 'श्री स्वामी समर्थ गृहउद्योग' नावानी त्यांनी कंपनीचा रजिस्टर्ड नंबरपण घेतला.

जवळच्या भागात जाहीरात व्हावी म्हणून त्यांनी संध्याकाळी छोटासा स्टॉल लावायला सुरुवात केली. पत्रके आणि व्हिजीटिंग कार्ड्स छापून घेतली. या प्रयत्नातून त्यांना बरीच थेट गिऱ्हाईकं मिळाली. तसेच लोकांच्या गरजा काय आहेत हेही समजले. निरनिराळ्या प्रकारच्या कामात अडचणी तर येतच होत्या. कधी गिरणीची जाळी तुटली, तर कधी एखादी वस्तू गिरणीत टाकल्यावर गिरणीचं बंद पडली. तर कधी एखादा पदार्थ पूर्ण गिरणीला आतून चिकटूनच बसला. परंतु यातून ते शिकत होते, या अनुभवातून नवीन नवीन गोष्टी आत्मसात करत होते. हळूहळू गहूपीठ, ज्वारीपीठ, थालीपीठ, भाजणी, मेतकुट, उपवास भाजणी एवढ्याच उत्पादनावरून त्यांची ४० प्रकारची उत्पादने विक्रीस तयार झाली.

संध्याकाळी घराजवळ असलेल्या स्टॉलवर येऊन एकाने विचारणा केली की, 'तुम्ही कधी प्रदर्शनात भाग घेतला आहे का? आम्ही एक प्रदर्शन भरवणार आहोत तुम्ही त्यात भाग घेऊ इच्छिता का?' ही एक नवीनच व्यवसाय वृद्धीची संधी होती. त्यांच्यासाठी आणि मग नेहमीप्रमाणे चर्चा करून सर्वानुमते निर्णय झाला, आपण प्रदर्शनात स्टॉल लावायचा. परंतु कशा प्रकारे तयारी करावी लागेल, किती माल बनवावा लागेल, काय काय न्यावं लागेल याची काहीच कल्पना नव्हती. कोणाकोणाची थोडीफार मदत घेतली व बऱ्यापैकी अभ्यास आणि तयारी त्यांची त्यांनीच केली. यात एक छोटसं दंगेखोर पिल्लूपण होतच हे विसरून चालणार नाही त्यांच्यासोबतीला.

पहिलं प्रदर्शन काही फार यशस्वी झालं नाही. परंतु त्यांच्या दृष्टीनी अनुभव फार मोठा मिळाला. प्रदर्शनात भाग घेताना कोणकोणत्या गोष्टींचा विचार करायला हवा हे तरी त्यांना पूर्णपणे कळलं. त्यानंतरही त्यांनी अनेक प्रदर्शनात भाग घेतला. काही छोटी आणि बरीच काही मोठी, त्याला मिश्र असा रिस्पॉन्स मिळत राहीला. पण त्यातूनही काही लीडस् मिळत राहील्या. कधी थेट गिऱ्हाईकं बांधली गेली तर काही दुकानचालक भेटले ज्यांनी त्यांच्या दुकानात माल ठेवण्याची तयारी दाखवली. प्रदर्शनातून ओळखी मात्र बऱ्याच झाल्या.

'भारी भरारी (एरंडवणे, पुणे)' सारख्या प्रदर्शनात थालीपीठ भाजणी आणि

मेतकुटाला अभूतपूर्व प्रतिसाद मिळाला. तसेच सहकारनगरमध्ये भरणाऱ्या चित्पावन मित्र असोसिएशनच्या प्रदर्शनात ते दरवर्षीच भाग घेऊ लागले. तिथेही सर्वच पदार्थांना खूप चांगला प्रतिसाद मिळत होता. मागणीप्रमाणे पुरवठा, घरपोच डिलिव्हरी आणि कस्टमायझेशन या गोष्टी कायमच 'श्री स्वामी समर्थ गृहउद्योगा'ची खासियत राहिल्या आहेत. सोयाबिनयुक्त गहू, सोयाबिनयुक्त गहू पीठ, वेलची नसलेले सातू पीठ, साबुदाणा नसलेली उपवास भाजणी, अशी अनेक कस्टमायझेशन्स लोकांना ते नेहमीच करून देत राहीले आहेत. लोकांच्याच मागणीवरून त्यांनी थालीपीठ भाजणीत तिखट, मीठ घालून ती अगदी 'रेडी टू कूक' करून द्यायला सुरुवात केली. खपली गहू पीठ हेपण त्यांचे असच एक 'ऑन डिमांड प्रॉडक्ट' आहे. २०२० ची दिवाळी जवळ आली आणि चकलीची भाजणी मिळेल अशी जाहिरात अनेक WhatApp आणि Face Book Group वर टाकली गेली. चकल्या केल्या आणि त्यांचे फोटो काढून या जाहिरातीसाठी म्हणून टाकले. त्यानंतर लोकांनी चकली कशी देणार अशीच विचारणा करायला सुरुवात केली. तसे तर चकली विकायला ते तयार नव्हते; पण लोकांनी फारच आग्रह केला आणि ते पण त्या आग्रहाला बळी पडले.

त्यांना वाटलं की एवढं काय थोड्या फार चकल्या करायला काय हरकत आहे? तसं पण आपल्याकडे दिवाळी स्पेशल असं काही प्रॉडक्ट नाहीच आहे, आणि ऑलरेडी एवढे मोठे लिडिंग ब्रँडस् आहेत चकलीमध्ये त्यात आपली चकली काय ओळखीत जाईल ५-१० किलो तेवढी तर आपण नक्कीच करू शकतो. पण घडलं वेगळच जसं लोकांना कळलं चकलीची ऑर्डर घेणार आहेत, तशी लोकांनी धडाधड ऑर्डर बुक करायला सुरुवात केली आणि बघता बघता कधी ५० किलोच्यावर चकल्या बुक झाल्या, त्याचं त्यांना पण कळलं नाही. पण आता खरं आव्हान अजून सुरू व्हायचं होतं. चकली घरगुती तर केली होती त्यांनी आधी, पण आम विकायला करायची म्हणजे सगळंच प्रोफेशनल पाहिजे. दिसणं, चव, लेबल चगळंच. एकसारखा काटा, रंग येणं, एकसारचा आकार येणं, चकली मऊ न पडणं सगळ सांभाळणं म्हणजे तारेवरची कसरत होती.

सगळी प्रमाणं बसायला बराच वेळ गेला आणि तोपर्यंत ५० किलोच्या ऑर्डर १०० किलोपर्यंत पोचल्या होत्या. त्यानंतर मात्र त्यांनी जवळपास २५ किलोच्या ऑर्डर्स नाकारल्या आणि घेतलेल्या ऑर्डर्स करण्यावरच भर दिला. तशी तर त्यांची पळता भुई थोडी, अशी अवस्था झाली होती. पण शेवटी त्यांनी घेतलेल्या ऑर्डर्स धनत्रयोदशीच्या दिवशी पूर्ण केल्या. यातून तयार झालेले त्यांच्या चकलीचे चाहते अजूनही त्यांना तेवढीच भरभरून ऑर्डर्स आणि दाद देत आहेत.

एक दिवस एका मैत्रिणींचा फोन आला की, 'अगं मला महिनाभरासाठी कॅनडाला जायचंय तुमच्याकडून काय काय देऊ शकतेस? मग 'श्री स्वामी समर्थ गृहउद्योग'नी तिला पूर्ण पार्सल बनवून दिलं. त्यामध्ये गहूपीठ, ज्वारीपीठ, हरभराडाळ पीठ, थालीपीठ, भाजणी कुळीथपीठ असे पूर्ण पॅकेजच तयार होते जे तिला महिनाभर पुरलेही आणि व्हरायटीपण खाता येईल. तसे तर 'श्री स्वामी समर्थ गृहउद्योग' चे प्रॉडक्टस असे अनेक वेळा अनेकांच्या बॅगेतून परदेशी गेलेले आहेत. पण स्वतःचे प्रॉडक्ट परदेशी स्टोअर्समध्ये उपलब्ध करण्याचं त्याचं स्वप्न अजून पूर्णत्वाला गेलेलं नाही. अनेक चांगले वाईट अनुभव घेत ते पुढे जात आहेत. कधी कोणी पैसे बुडवल्याचे अनुभव, तर कधी शॉप बंद झालं तरी घरी पैसे आणून दिल्याचे अनुभव. कधी एखाद्या गिऱ्हाईकाला सगळं नीट देऊनपण येणाऱ्या तक्रारी, तर कधी 'माझी नातवंड फक्त तुमच्याच कडचं मेतकुट खातात, तर प्लीज तेवढं पाठवा ना.' अशी विनंती करणारी आजी, असे अनेक अनुभव सतत येत असतात. सर्व उत्पादने 'चवी' सोबत निगडीत असल्याने, ग्राहक चोखंदळपणे खरेदी करतात.

उद्योजक : स्नेहा देवकर

मोबा. : ९५५२५२०९९२

शब्दांकन : प्रा. सुहास मोकाशी

सुंदर मी होणार
(संस्कृताज ब्युटी स्टुडिओ)
उद्योजक : सौ. संस्कृता वेर्णेकर
• सौंदर्य संवर्धन •

'सुंदर मी होणार' पु. ल. देशपांडे यांचे सुपरहिट नाटक आहे. किती वेळा पाहिले तरी छानच वाटत ना? तसेच प्रत्येक व्यक्तीस लहानग्यांना समजू लागल्यापासून तर वृद्धावस्थेत असेपर्यंत आपण सुंदर दिसावं, आपल्याकडे इतरांनी वळून पहावं असं वाटतं. यातूनच 'ब्युटी पार्लर' ही संकल्पना निघाली. पूर्वी फुले, मेहंदी, अलता ही साधने होती. अगदी पूर्वीपासूनच वधूला सजवण्यासाठी विशिष्ट व्यक्तींची, स्त्रियांची नियुक्ती होत असे. आता वधूवरांच्या मेकअपसाठी स्पेशल कोर्स आहेत व स्वतंत्र व्यक्ती असतात. मागील ४०/५० वर्षात हा एक स्वतंत्र उद्योग व व्यवसाय झाला आहे. विविध सौंदर्य प्रसाधने तयार करण्याचे असंख्य कारखाने व घरगुती उद्योग आहेत. त्याबाबतचे आहारतज्ञ आहेत. हा सर्व इतिहास मनोरंजक आहे. तिकडे आपणास वळायचे नाही. आज आपणास 'संस्कृताज ब्युटी स्टुडिओ' चालविणाऱ्या सौ. संस्कृता वेर्णेकर यांची यशोगाथा मी सांगणार आहे.

खरंतर 'सौंदर्य दालन' असे आपण मराठीत म्हणू शकतो. परंतु ब्युटी पार्लर, ब्युटी स्टुडिओ हा शब्द आपल्या मेंदूत इतका चपखल बसला आहे की लगेच डोळ्यापुढे 'ब्युटी पार्लर' साकार होते. म्हणून आपण 'ब्युटी पार्लर' हाच शब्द वापरणार आहोत. दिनानाथ मंगेशकर हॉस्पिटलच्या अगदी जवळ १५०० चौ. फुटांच्या जागेत हे भव्य ब्युटी पार्लर आहे. त्यामध्ये १५ प्रकारच्या विविध सेवा उपलब्ध आहेत. आपण त्या कोणत्या ते नंतर पाहुया.

सौ. संस्कृता वेर्णेकर या माहेरच्या वर्षा कवडी आहेत. सर्व शिक्षण व कॉमर्सची पदवी त्यांनी मॉडर्न हायस्कूल आणि कॉलेजमधून घेतली आहे. लहानपणापासूनच या

विषयाबद्दल त्यांची स्वत:ची वेगळी दृष्टी होती. कॉलेजमध्ये असताना त्यांनी जर एखादा हेअरकट किंवा हेअर स्टाईल बघितली, तर त्या ती जशीच्या तशी करत असत. तसेच, मैत्रिणीचे मेक-अप, आयब्रोज, एक छंद म्हणून करत असत. याच छंदाचे आता मोठ्या व्यवसायात रूपांतर झाले आहे. त्याची ही यशोगाथा.

पदवीनंतर लगेच त्यांचा विवाह झाला. त्या कुटुंबातील प्रत्येकाची काळजी करीत. त्यांच्या नवऱ्याचा छोटा व्यवसाय होता; पण उत्पन्न कमीच होते. त्यामुळे तिने एक धाडसी निर्णय घेतला. आणि घरातच छोटसं पार्लर सुरू केलं. त्यापूर्वीच त्यांनी २००० मध्ये प्रसिद्ध माया परांजपे यांचा 'Professional Development in Beauty Therapy and Cosmetology हा कोर्स पूर्ण केला. तसेच श्री. विक्रम गायकवाड यांच्याकेडून त्या 'मेक-अप' शिकल्या. आपणास ज्ञात आहे की श्री. विक्रम हे रंगभूषाकार म्हणजेच बॉलिवूडचा 'मेकअप' जादूगर म्हणून प्रसिद्ध आहेत. कोणतेही परिपूर्ण ज्ञान घेतल्याशिवाय काम घ्यायचे नाही हे ध्येय असल्याने स्कीन थेरपी, मसाज, बॉडी थेरपीज, हेअरकट व केशरचना याचे लहान लहान शास्त्रीय अभ्यासक्रम त्यांनी पूर्ण केले होतेच.

त्यांचा घरातूनच व्यवसाय चाले. परंतु, चांगल्या कामामुळे व मधुर भाषेमुळे त्यांच्या व्यवसायाची Mouth to Mouth जाहीरात झाली. दुसऱ्या पार्लरमध्ये एक वर्षाचा अनुभव घेतला. व शिवाय त्यांनी आत्मविश्वासाने कर्वेनगर येथे स्वतंत्र जागा घेऊन व्यवसाय करण्याचा निर्णय घेतला. त्यामुळे मुलांना पाळणाघरात ठेवून घरकामाला बाई ठेवणे अपरिहार्य झाले. एकटीने पार्लर चालवणे होत नाही म्हणून गरजू दोन-तीन उत्साही मुलींना कामावर ठेवले आणि त्यांना प्रशिक्षण देऊन परिक्षा देण्यास प्रवृत्त केले. आत्मनिर्भर बनवण्यासाठी विशेष परिश्रम घेतले. त्यांच्या घरातील अडीअडचणी सोडवून त्यांना आपल्या 'परिवारातील घटकांचा दर्जा' दिला. पुढे ग्राहक वाढू लागल्याने, ३५० चौ. फुटाची जागा अपुरी पडू लागली. म्हणून जागेची त्यांनी शोध मोहिम सुरू केली आणि २००७ मध्ये दिनानाथ मंगेशकर हॉस्पिटलजवळ मध्यवर्ती ठिकाणी १५०० चौ. फुटाच्या जागेत सौ. संस्कृता यांनी आपले पार्लर हलवले. आज त्यांच्याकडे १३ जणी कामाला आहेत.

दरम्यान, संस्कृता यांनी २००९ मध्ये या आंतरराष्ट्रीय CIDESCO संस्थेमधून पदव्युत्तर कोर्स पूर्ण केला. विशेष उल्लेखनिय बाब म्हणजे, या कोर्सच्या परिक्षेत त्या भारतातून पहिल्या क्रमांकाने विशेष प्राविण्यासह उत्तीर्ण झाल्या. ज्ञान परिपूर्ण असावे ही महत्त्वाकांक्षा असल्याने त्यांनी 'पंचकर्म व आयुर्वेदिक सौंदर्य प्रसाधने' यातील

पदविका मिळवली. 'स्पा व मालीश' यांचेही शास्त्रशुद्ध शिक्षण, ब्रँड लॉरियल यांचे छोटे मोठे अभ्यासक्रम जावेद हबीब व जबीर आरोग्य केशकर्तन प्रशिक्षण असे त्यानी सर्व अंगांनी स्वतःला परिपूर्ण केले. सेवा व्यवसायासाठी आर्थिक नियोजन, जाहिरात योग्य परतावा, वेळा पाळणे व आवश्यक त्या सर्व सेवा देणे, आवश्यक असते. ग्राहकांशी चांगला सुसंवादपण जरुरी असतो. त्यांनी त्यांच्या पार्लरमध्ये उत्तम वागणूक व सेवा देऊन ग्राहकांची मने जिंकली. त्यामुळे ग्राहक खूष होऊन परत जात असत. जाहिरातीसाठी त्यांनी ४/५ ठिकाणी बोर्ड लावले, तसेच व्यवसायाची वेबसाइट, इंस्टाग्राम, फेसबुक या आधुनिक साधनांचाही वापर केला. त्यामुळे त्यांचा खूपच व्यवसाय वाढला. आर्थिक नियोजनामध्ये 'आय-व्यय' याचा उत्तम ताळमेळ जमवला. काम करणाऱ्या सेविकांना ग्राहकांकडून येणाऱ्या पैशावर टक्केवारी देवून जास्त काम करण्यास प्रवृत्त करून स्पर्धात्मक वातावरण तयार केले.

प्रगतीचा उल्लेखनिय टप्पा :

आंतरराष्ट्रीय कोर्स पूर्ण झाल्यावर प्रशिक्षण देणाऱ्या संस्थेची त्यांनी स्थापना केली. शिवाय, २०१० मध्ये या संस्थेकडून सौंदर्य क्षेत्रातील विविध सेवा शिकवणारे लहान मोठे कालावधीचे कोर्सेस सुरू केले. यामध्ये पार्लर असिस्टंट, स्कीन, साड्या नेसवणे, मसाज, ब्रायडल मेक-अप हेअर कटिंग, हेअरस्टाईल व कलरींग असे विविध कोर्सेस आहेत. गेल्या १० वर्षात तब्बल २०० मुलींनी शिक्षण घेतले व आत्मनिर्भर होऊन त्यांनी छोटे मोठे व्यवसाय सुरू केले आहेत. या कोर्सेसची फीपण सर्वांना परवडेल अशीच ठेवलेली आहे.

आपल्या पार्लरमध्ये त्यांनी इतर सर्व नेहमीच्या सेवांबरोबर स्टीम बाथ, सोना बाथ, झाकुझी या आधुनिक सोयीपण उभारल्या आहेत. त्यांच्याकडे येणाऱ्या स्त्री ग्राहकासोबत स्वतः संभाषण करून त्यांच्या समस्यांचे निराकरण आणि त्यांना कोणती सेवा द्यावी याबाबतचे समुपदेशन होते. यामुळे ग्राहकांसोबत त्यांची 'नाळ' जोडली जाते. हे संस्कृता यांचे कौशल्य वाखाणण्याजोगे आहे. इथे काही पार्लरमध्ये चालवणाऱ्या अनैतिक गोष्टी अजिबात चालत नाहीत. २० वर्षात सौ. संस्कृता यांनी उत्तंग झेप घेतलेली आहे यात शंकाच नाही.

एका बाबीचा उल्लेख करावा लागेल की, इथे 'कोवीड १९'शी संबंधीत आरोग्यविषयक सर्व काळजी घेतली जाते. डिसपोझेबल चादरी, हातमोजे, फेसशिल्ड, मास्क व सॅनिटेशन अनेक ठिकाणी ठेवलेली आवश्यक तेवढी मोकळी जागा, कोविकोट

इत्यादी. सर्व असिस्टंस आणि स्वतः संस्कृता यांचे लसीकरण (दोन्ही डोस) झालेले असून त्यामुळे निःशंक मनाने त्यांचे 'सौंदर्य दालनात' जाण्यास हरकत नाही. 'कोविड १९' काळात बंद पडलेल्या या व्यवसायाने आता गती घेतली आहे. सौ. संस्कृता वेर्णेकर यांना सुयश चिंतून आपण थांबू या !

उद्योजक : सौ. संस्कृता वेर्णेकर

शब्दांकन - विकास पेशवे

मोबा. ९९७०४४२४४४

डायमंड बेस्टसेलर्स

स्टीव्ह जॉब्झ : अधिकृत चरित्र

वॉल्टर आयझॅक्सन, अनुवाद : डॉ. विलास साळुंके

स्टीव्ह जॉब्झचं वॉल्टर आयझॅक्सननी लिहिलेलं अधिकृत चरित्र. दोन वर्षांच्या कालावधीत घेतलेल्या स्टीव्ह जॉब्झच्या चाळीसहून अधिक मुलाखतींवर आधारित. - त्याचबरोबर शंभरहून अधिक कुटुंबीय, नातेवाईक, मित्रमंडळी, सल्लागार, प्रतिस्पर्धक आणि सहकारी यांच्याही मुलाखती - असं हे पुस्तक एका उन्मेषपूर्ण व्यावसायिकाच्या सर्जनशील व्यक्तिमत्त्वाच्या जीवनाचा प्रचंड वेगाने वर-खाली होत असलेला 'रोलरकोस्टर' आलेख सांगते, ज्याच्या पूर्णत्वाच्या उत्कटतेने आणि महत्त्वाकांक्षेने सहा उद्योगांमध्ये क्रांती आणली : पर्सनल कम्प्यूटर्स, ॲनिमेटेड चित्रपट, संगीत, फोन, टॅब्लेट कम्प्यूटर्स आणि डिजिटल प्रकाशन व्यवसाय.

२१ व्या शतकात कल्पकता आणि तंत्रज्ञानाचा मेळ घालणं अत्यंत महत्त्वाचं आहे, किंबहुना ती काळाची गरज आहे, हे त्यानं ओळखलं आणि म्हणूनच कल्पकतेची भरारी आणि तंत्रज्ञानाची विलक्षण शक्ती यांचा मिलाफ असलेली 'ॲपल' नामक कंपनी उभी करून जॉब्झ जणू सृजनशील आणि व्यावहारिक कल्पकतेचं मूर्तिमंत उदाहरणच ठरला.

जॉब्झ त्याच्या सहकाऱ्यांबद्दल, प्रतिस्पर्ध्यांबद्दल मनमोकळेपणाने आणि कधीकधी अगदीच स्पष्टपणे बोलतो. त्याप्रमाणेच त्याचे मित्र, शत्रू आणि सहकारीसुद्धा त्याचा झपाटलेपणा, त्याचे दोष, परिपूर्णतेचा ध्यास, त्याच्या इच्छा-आकांक्षा, कला, मोहकता आणि त्याचा नियंत्रणाचा हट्ट, ज्यानी त्याच्या व्यवसायाकडे बघण्याच्या दृष्टिकोनाला आकार दिला आणि ज्यातून नाविन्यपूर्ण प्रॉडक्ट्सची निर्मिती झाली... यांवर आपली प्रांजळ मतं व्यक्त करतात.

ज्याप्रमाणे 'ॲपल'ची हार्डवेअर आणि सॉफ्टवेअर एका एकसंध यंत्रणेचा अविभाज्य भाग म्हणून जोडलेले असतात, त्याप्रमाणेच जॉब्झचं व्यक्तिमत्त्व, त्याची उत्कट जिद्द आणि त्यानी निर्माण केलेली प्रॉडक्ट्स हीसुद्धा एका अन्योन्य संबंधानी जोडलेली असतात. त्यामुळेच त्याचं आयुष्य म्हणजे कल्पकतेच्या, जिद्दीच्या, नेतृत्वाच्या आणि नीतिमूल्यांच्या धड्यांनी भरलेली उद्बोधक आणि सूचनात्मक कहाणी आहे.

सेपियन्स - मानव जातीचा अनोखा इतिहास

युव्हाल नोआ हरारी, अनुवाद- वासंती दामले

१ लाख वर्षांपूर्वी मानवाच्या कमीत कमी ६ उपजाती पृथ्वीवर राहत होत्या. आज फक्त एकच शिल्लक आहे. आपण. होमो सेपिअन्स. आपण पृथ्वीवर आपली अधिसत्ता कशी स्थापन केली? आपल्या भटक्या पूर्वजांनी एकत्र येऊन शहरे आणि राज्यांची कशी स्थापन केली? देव, राजे आणि मानवी हक्क अशा गोष्टींवर आपण कसे काय विश्वास ठेवू लागलो? आणि येणाऱ्या सहस्रकांमध्ये आपले जग कसे असेल? मानवाची विचारपद्धती, वर्तन, बलस्थाने आणि मानवाचे भविष्य याबद्दलच्या आपल्या सर्व समजुतींना आव्हान देणारं एक विचारप्रवर्तक पुस्तक...सेपिअन्स.

डॉ. युव्हाल नोआ हरारी यांनी ऑक्सफर्ड विद्यापीठातून 'इतिहास' या विषयात पीएच.डी. मिळवली आहे. ते सध्या जेरूसलेम इथल्या हिब्रू विद्यापीठात प्राध्यापक आहेत. 'जागतिक इतिहास' हा त्यांच्या विशेष अभ्यासाचा विषय आहे. इतिहास आणि जीवविज्ञान यांचा परस्परसंबंध काय, इतिहासात न्याय शक्य आहे का, इतिहासाची पावलं पुढे पडत असताना लोक अधिकाधिक सुखी झाले आहेत का अशा व्यापक प्रश्नांमध्ये त्यांना विशेष रुची आहे.

'सेपिअन्स' हे पुस्तक 'आंतरराष्ट्रीय बेस्टसेलर' असून ३०हून अधिक भाषांमध्ये त्याचा अनुवाद झाला आहे. २०१२ साली डॉ. हरारी यांना मानव्यविज्ञान शाखेत सर्जनशील आणि नावीन्यपूर्ण कामगिरी बजावल्याबद्दल 'पोलॉन्सी' पुरस्काराने सन्मानित करण्यात आलं.